Kielezo cha Fasili

Kielezo cha Fasili

Shaaban Robert

KIMECHAPISHWA NA
Mkuki na Nyota Publishers Ltd
S.L.P. 4246
Dar es Salaam, Tanzania
www.mkukinanyota.com

ISBN (13 Digits) 978-9973-9731-5-3
(10 Digits) 9976-973-15-2

Hii ni hadithi ya *kielezo cha Fasili* iliyoandikwa
na Shaaban Robert katika lugha ya Kiswahili na kuchapishwa
na Mkuki na Nyota Publishers, Dar es Salaam, Tanzania mwaka 1991.
Sanifu Mpya, 2015.

Tembelea tovuti yetu; www.mkukinanyota.com kusoma zaidi kuhusu
vitabu vyetu na kununua pia. Unaweza pia kupata mahojiano ya waandishi wetu
na habari kuhusu wachapishaji/matukio mengine. Jiunge ili kupata majarida
yetu ya mtandaoni habari na matoleo mapya.

Kinasambazwa ulimwenguni nje ya Afrika na African Books Collective.
www.africanbookscollective.com

YALIYOMO

DIBAJI

Babu yake Shaaban Robert alikuwa ni Mhyao. Alifika huku akiwa ni mtoto bado, akifuatana na mtu mzima mmoja kutoka Tunduru ambaye inasemekana alikuwa mkubwa wake na alikuwa wa ukoo wa kina Chemataka, kutoka Tunduru, Mkoa wa Ruvuma. Walijia kwa njia ya Kilwa na watu wa huku huwaita wageni wa sehemu hiyo kuwa ni "watu wa Kusini." Pia inasemekana kuwa mtu huyo alikuwa mchuuzi na tena alikuwa tabibu. Walifikia kwa jamaa yao aliyeitwa Mwinyimsa wa Mwinyikombo aliyekuwa akikaa Mtaa wa Kisutu sehemu ambayo walikuwa wakiishi wenyeji wa Mzizima (Dar es Salaam). Baadaye kijana yule ambaye ndiye babu yake Shaaban, alirejea kwao Tunduru, lakini yule mtu mzee aliyekuwa amefuatana naye alibakia huku akifanya shughuli zake. Baadhi ya wazee wanakumbuka kuwa kijana huyo, babu yake Shaaban Robert, alikuwa akiitwa Kanduru, jina ambalo walidhani ni la asili ya Kihyao.

Baada ya muda kupita, huko Ng'ambu, sehemu ya Kigamboni kulitokea nafasi ya kazi za uangalizi wa shamba la minazi. Yule mkubwa wake aliposikia habari hii alikwenda Tunduru ingawa kwa sababu zake nyingine, lakini pamoja na kwenda kumleta mdogo wake aje atafute kazi. Aliporudi, kwa bahati, ile nafasi ilikuwa bado iko huko Kigamboni. Alikwenda akaajiriwa kuwa mwangalizi wa minazi. Mkubwa wake, inasemekana, jina lake lilikuwa Abubakar na kabila lao wote wawili lilikuwa ni hilo ya Wahyao, wenyeji wa Tunduru.

Baada ya kukaa Kigamboni kwa muda, alihamishwa akapelekwa Kurasini kufanya kazi ileile. Kutokana na umaarufu wa bwana mkubwa wake huko mjini Dar es Salaam, naye Kanduru aliposa mke, akakubaliwa akaozwa binti wa ukoo huohuo wa watu wa Kimrima, wenyeji wa Mwambao wa Dar es Salaam. Mke wa mzee Kanduru yaani nyanya yake Shaaban, siku moja alipokuwa pwani wanatanda uduvi na wenziwe, uchungu ulimuanza wakati akiwa katika utanzi huko pwani. Wakati wa kurudi alipokuwa karibu ya ufukweni hali ikazidi na alipofika nyumbani tu alijifungua mtoto wa kiume. Watani walimwita jina la "Ufukwe" kama kwamba kazaliwa ufukweni hasa.

Baba yake Ufukwe alipelekewa habari kazini kwake, na yeye alimpa habari tajiri yake aliyekuwa akiitwa Roberto, sio Robert, naye kwa furaha ya kusikia mtumishi wake kapata tunu ya utu uzima, aliagiza kijana huyo aitwe Roberto kama yeye. Majina yote mawili yalikuwa ya kiutani yaani 'Roberto na Ufukwe'. Alipokuwa mkubwa alijulikana kwa jina la Roberto na hapo ndipo naye alipoajiriwa katika shamba hilo la Kurasini.

Baadaya muda bwana Roberto aliomba uhamisho aende Tanga kwa sababu hakupenda kufanya kazi pamoja na baba yake. Alipewa nafasi hiyo akaenda Tanga, akapata kazi kama ileile ya usimamizi wa mashamba ya Mwahako (kwa Bwana Mrefu). Ni sehemu hizi ndizo zilizompatia nafasi ya kukutana na mama yake Shaaban Robert.

Huko Dar es Salaam aliacha wakwe, shemeji, ndugu na watoto wa babu yake mkubwa ambao waliunga familia yao. Bwana Roberto aliitwa Robert kwa kufuata mazoea ya matamshi ya Kiingereza na hasa pia kwa vile Shaaban naye alisomea Shule za Kiingereza zenye kutamka Robert na sio Roberto 'Kigiriki au Kireno'. Jina lilibadilika na kuwa Robert kwa kufuata matamshi ya Kizungu cha Kiingereza.

Marehemu Shaaban Robert aliwafahamu jamaa zake wote hao tena aliishi nao huko kwao. Wao ndio waliompeleka katika Shule ya Uhuru (wakati huo 'Kichwele') ambako ndiko alikosomea. Alikaa kwa ammi zake, shangazi zake na ndugu zake wote hao walikuwa ni wa uzawa wa huyo babu mkubwa ndugu wa baba Ufiikwe.

Inasemekana kuwa anao ndugu zake wa ukoo wake huko Kigamboni na Magogoni, katika familia ya kina Yusuf Mrarji, maarufu, wa Kisutu na Kigamboni, upande wa Magogoni, Dar es Salaam. Labda hawa ni wapwa zake au ndugu zake. Hivyo, Sheikh Shaaban Robert hakuwa wa Tanga tu, bali pia na Dar es Salaam ni kwake. Jamaa zake hao ni katika Koo maarufu za watu wa Kimrima, moja ya makabila ya Kiswahili.

Mama yake aliitwa Mwanamwema; kwa kifupi Mwema binti Mwidau. Huyu alikuwa katika ukoo wa kina Mzee Mwalimu Kihere wa Kihere, Machui, kabila ya Wamwamwande, moja ya makabila ya Kiswahili ya mwambao wa Tanga. Kama Mwanamwema alikuwa akijiita Mswahili kama ilivyokuwa ikidaiwa, basi hakukosea, alikuwa Mswahili kweli. Aliolewa mke mkuu, yaani alikwishaolewa mara ya kwanza na kuzaa watoto watatu, Jafari Kibwana, Mwinyihatibu Kibwana na Mwenagani binti Kibwana.

Bwana Robert akiwa mwangalizi wa Shamba la Serikali alipata kufahamiana na kijana mwenziwe aliyekuwa akifanya kazi za uangalizi wa mali za Serikali huko Amboni. Kutoka Vibambani kuja Tanga lazima upitie Mwahako. Kwa hiyo, ilitokea wakati wa Mwanamwema kwenda Amboni akakutana na Bwana Robert. Haikuwa taabu kwa Mzee Robert baada ya kumfahamu Bi. Mwema kuweza kupeleka maelezo yake kwa wazazi wake. Bwana Robert ‘ alimuoa mama yake Shaaban na wakazaa mtoto mmoja ambaye ndiye huyo mtaalamu wetu Marehemu Sheikh Shaaban Robert. Ndoa yao haikuchukuwa muda wakaachana, na mama huyo aliolewa na mume mwingine. Huko alikaa na kuzaa watoto kumi Mwinshehe, Mwanaidi, Mwanang’ande, Yusufu, Mwanahadia, Asha, Mwidau, Issa, Ali na Maimuna. Wote hao baba yao ni Mzee Ulenge.

Hawa na wale watatu kwa kwanza wote ni ndugu zake Shaaban Robert. Watoto wa mama huyo waliokufa hivi sasa ni hawa: Mwinyihatibu Kibwana, Sheikh Shaaban Robert, Mwanang’andu Ulenge, Ali Ulenge, Issa Ulenge, pamoja na mwenyewe mama yao Bibi Mwema binti Mwidau kunako 1967, huko kwao Vibambani, Tanga.

Mzee Robert baada ya kuachana na Bibi Mwanamwema alioa tena huko Mnyanjani, Tanga na akazaa watoto wawili, Saumu Robert na Abdallah Robert. Kisha alioa tena huko Sadani umbali wa maili kumi hivi kutoka Tanga Huko alizaa mtoto mmoja tu akamwita Juma Robert, lakini Abdallah na huyo Juma wote wawili walikufa akabakia Saumu tu.

Sheikh Shaaban Robert alioa mke wa kwanza, akazaa naye watoto wawili: Mwanjaa Shaaban na Selemani Shaaban; huyu alikufa bado mdogo. Alioa mke mwingine, akazaa naye watoto wanne, nao ni:- Akili Shaaban, Huseni Shaaban, Mwema Shaaban na Ikibali Shaaban. Makusudio ya maelezo yangu haya, hasa ni kutaka kuusherebesha ukoo wa Marehemu Sheikh Shaaban Robert wa upande wa kuumeni kwake.

Sifa ya pekee. Sheikh Shaaban Robert alipenda sana mambo ya kusoma. Alionyesha mfano wa pekee wakati alipomaliza masomo yake na kufanya mtihani wake wa mwisho wa darasa la nne, la Kiingereza wakati huo ulioitwa "Central School Leaving Certificate Examination 1926/ 27, katika Shule ya Kichwele, Dar es Salaam. Baada ya kufunga Shule alikwenda Tanga kwa mama yake ili kupumzika na kungojea majibu ya mtihani wake. Muda kiasi alikwenda kwa Mwalimu Mkuu wa Shule ya Tanga, Bwana Tindell Biscoe akaomba apatiwe nafasi aendelee kusoma wakati akingojea majibu. Alisema kuwa kama kwa bahati atapita itakuwa heri hana hasara. La, kama akishindwa, basi itakuwa hakuna taabu tena; ataendelea tu kusoma tena na itakuwa hakupoteza chochote.

Tendo hili liliwapendeza sana walimu wazungu wa kikoloni huko Tanga, hata likapigiwa mnada katika hadhara maalumu ya Shule iliyoadhimishwa kwa ajili hiyo tu. Mwalimu Mkuu alitaka mfano huo uigwe na kila mwanafunzi; lakini kumbukumbu zangu zinaniambia kuwa hajapatikana wa pili hadi hii leo.

UTANGULIZI

FASILI ni maelezo ya fikira na maono katika karaa, aghalabu ya mashairi, kwa usemi mwepesi wa mjazo. Ni taaluma katika maandiko ya lugha na fahamu ya fikira za mwandishi kwa msomaji. Hivyo basi, ni msaada katika ustadi wa fasaha na wa tungo, na katika kuelewa uzuri wa makala njema vilevile. Kuandika fasili nzuri twataka fahamu njema ya makala ya asili pamoja na ujuzi wa kutosha wa lugha wa kutuwezesha kutunga maandiko kwa mpango wa maneno ya akili na hadhari, ambao hautakuwa mkato mtupu wa makala nzuri. Karaa ni fungu la maneno lenye aya zaidi ya moja.

Fasili si maelezo ya neno kwa neno tu. Badilisho peke yake la neno kwa neno lenye kadiri ya maana moja halifai, isitoshe huharibu karaa yenyewe badala ya kuieleza. Ni lazima kuieleza kama shazi moja, sio neno kwa neno, au hata aya kwa aya. Aya ni fungu la maneno lisilo na vituo vingi. Shazi ni mtungo au koja moja.

Kusudi muhimu ni kupata kiini hasa cha karaa, yaani, mfuatano halisi wa fikira ambao huunganisha pamoja kiini chenyewe. Jaribu kujifanya mwandishi fulani; ujiulize mwenyewe: "Mwandishi huyu ajaribu kusema nini? Ajaribu kueleza jinsi gani?" Baada ya kujibu maswali haya, itakuwa ni wakati wa kusimulia habari kinaganaga kwa mpango wa mwandiko wa mjazo.

Kwa mazoezi ya fasili fahamu yetu ya elimu ya lugha huendelea. Maana ya maneno kadha wa kadha hukusanywa katika fahamu kwa ajili ya matumizi yetu katika maisha. Mazoezi hayo hutusaidia kusema habari ya kitu kimoja kwa namna au njia zaidi ya moja, pasipo ukariri wa neno baada ya neno katika karaa au makala. Twapata kuwa watu wa fikira; sio kasuku wa ukariri na uigaji.

MAONYO

1. Usijaribu kuandika neno moja mpaka umefahamu barabara maana na kusudi la karaa. Isome kwa uangalifia mara nyingi mpaka uwe umelipata hili, au liwe limekuzama vema katika akili.
2. Kumbuka mafungu makubwa katika maendeleo ya fikira. Fanya kielezo cha ghibu, au bora cha kuandika cha fikira hii. Mfululizo huu mkubwa wa wazo iwapo umepatikana kwanza, magumu yataingia kwa urahisi. Ghibu ni kwa moyo, pasipo kuandika.
3. Angalia sana mambo yote, mpaka uone waziwazi maana ya kila neno na msingi wake wa maneno.
4. Kuandika hasa huwezekana kuanzwa sasa. Fasili ikiisha andikwa ieleze maendeleo ya fikira waziwazi na kwa ukamilifu. Lazima isiwe na lugha ya mifano au methali - mifano au methali zote lazima kusimuliwa kwa maneno mepesi. Kumbuka kuwa mkato wa maendelezo ya maneno ni mifano - bora kuandika maneno yenye mkato wa maendelezo vingine, au kuyaacha kwa sababu ya utungo mwingine ulio mzuri zaidi. Kisha, lazima fasili kuandikwa vizuri na kupangwa vema yote, na sababu yake kuonyeshwa kwa maneno ya akili - baadhi ya matengenezo mengine ya makala ya asili huwezekana kufaa kwa kusudi hili mara kwa mara na nafasi ipatikane kwa ajili ya mambo muhimu.
5. Jaribu kutunga kitu fulani cha mfano wa makala ya asili. Chagua maneno yako mwenyewe, ufanye utungo huo kuwa na mlingao mmoja na hali ya makala ya asili - utungo wa maana muhimu kwa karaa ya maana muhimu, utungo wa maana sahala kwa ubeti wa maana sahala, na kadhalika. Sahala ya maana ni maana isiyokuwa muhimu.
6. Ukubwa:Hili hutegemea kadiri ya maneno yaliyomo katika makala ya asili. Lugha ya mashairi hukatizwa mara kwa mara, kwa matumizi ya mfano na utungo mfupi usioruhusiwa katika mwandiko wa mjazo, na kuwa maelezo ya mwandiko

wa mjazo yatachukua nafasi kubwa sana kuliko ile ya makala ya asili. Kwa sababu ya mapambo, mashairi hutumia mara kwa mara pengine wingi wa mifano ambayo katika mwandiko wa mjazo yangeonekana kuchosha na kuwa hayana maana.

Namna Mbili za kufahamu tofauti kati ya fasili za sisisi na fasili sabilia.Aghalabu namna ya pili ya fasili hutakiwa sana katika mitihani; ikiwa hivyo mtahiniwa huarifiwa mara kwa mara kwamba fasili ya sisisi haitakiwi. Utaratibu wa kuandika ni mmoja kabisa katika namna zote mbili za fasili. Twataka kufahamu barabara maana muhimu ya karaa yote na kusudi la kila jambo. Tofauti huwamo katika kadiri ya sisisi ifuatwayo katika makala ya asili. Katika fasili ya sisisi namna ya makala ya asili na mambo yake mbalimbali hufuatwa kinaganaga, lakini isiwe kufuata mno hata ikawa kufanya maelezo ya neno kwa neno tu. Walakini, fasili sabilia huhitaji maelezo ya maana tu kwa fasaha na kwa njia iwezekanayo pasipo haja ya kushikilia kufuata utaratibu wa makala ya asili, au kueleza mambo yote ya mifano na kadhalika. Katika fasili ya sisisi maelezo ya sisisi huhitajiwa, hali fursa au uwezo mkubwa huruhusiwa na hutumiwa katika maelezo sabilia. Kumbuka usijaribu fasili ya sisisi ila iwe yatakiwa hasa. Sisisi ni kitu baada ya kitu katika mpango. Sabilia ni kinyume cha sisisi kwa mujibu wa habari hii.

HADHARI

1. Usitie mawazo yasiyosemwa au yasiyoonyeshwa katika makala ya asili.
2. Usibadili neno kwa sababu ya badilisho tu, iwapo maana yake si wazi sana au haliongezi maana. Kwa mfano, kama karaa ya asili ina neno "hakika" pasingekuwa na maana hata kidogo ya kubadilisha neno hili kwa "yakini."
3. Tena usitumie usemi na mafungu ya maneno yale yale yaliyomo katika karaa ya asili pasipo kubadili mpango wa maneno. Tunga vingine fikira ileile iliyomo katika makala ya asili. Hili jepesi kuwezekana. Kumbuka methali ya Kiswahili inenayo, "Mchele mmoja lakini mapishi mbalimbali."

Baadhi ya maneno yatumikayo wakati wa kutakiwa maelezo sabilia ni:- "Eleza kwa maneno mepesi." "Simulia hadithi ya shairi lifiiatalo." "Eleza fikira iliyomo katika yafuatayo." "Fasili."

Shaaban Robert
Tanga
Tanganyika Territory
Mei, 1962

RAHA YA MAOVU

RAHA ya maovu kima chake ghali,
Na watu waovu haba wa akili,
Wao uokovu huuza kwa hili,
Wakisha hasiri watu kama hawa,
Ni kama bahari na sika la mvua,
Machozi hujiri kwa kujijutia.

RAHA YA MAOVU

THAMANI ya raha ya maovu ni kubwa, na watu wabaya wasiokuwa na akili hutupa bure uokovu wao kwa jambo hili. Watu kama hawa wakisha patwa na hasara hujuta wakatokwa na moachozi mengi kama maji ya bahari na mvua ya masika.

MFUA BATI

MFUA bati na shaba au mhunzi wa chuma,
Hutuma nguvu si haba, ajabu ukitazama;
Lakini wafua fedha na wahunzi wa dhahabu,
Ni mafundi mfawadha, kazi zao taratibu.
Kadhalika kazi bora, watenzi wake wapole,
Na watu wenye busara, wachache wa makelele.

Mfua shaba na bati, nyundo yake inavuma,
Ikazamisha sauti, kama kuja kwa zahama.
Madini zetu si moja, na fikira mbalimbali,
Fikira nyingine huja, baadhi hazikubali,
Penye nguvu kukabili, wala penye makelele;
Uliza wenye akili, haya yameanza kale.

MFUA BATI

FUNDI wa bati na shaba au mhunzi wa chuma hutumia nguvu za kustaajabisha katika kazi yake ukitazama; lakini masonara wa fedha na dhahabu ni mafundi stadi na kazi zao huenda kwa uangalifu. Mfano kadhali kazi zilizo bora hutendwa na watu wenye makini na walio na busara, ambao hawana makelele. Nyundo ya mfua shaba na bati inavuma ikapoteza hata sauti kama kwamba kuna majilio ya fujo. Madini zetu zina tafauti kama vile zilivyo fikira zetu. Baadhi ya fikira huweza kutokeza, nyingine hazikubali kufanya hivyo katika mahali penye nguvu wala penye makelele. Ukiwauliza watu wenye akili watakwambia kwamba mambo haya yameanza tangu zamani.

SIKIA YA NENA

MAISHA mafupi na mwendo mrefu,
Watu hayawapi kitu ila hofu,
Watafika wapi na hali dhaifu?
Na watu wa leo kama wawaona,
Utadhani ndiyo wenda filjana.
Kumbe hali zao badilifu sana.
Kama malaika wakiwa wasema.
Utahadaika udhani ni wema,
Hali ni mizuka humeza vizima:
Na wanaposema kama ni wajumba,
Mungu kawatuma dunia wapambe,
Kumbe wanauma na kupiga pembe.
Hudhuru wanyonge, maskini ona!
Dunia kilinge cha matata sana,
"Mnyonge mpinge," sikia yanena.

SIKIA YA NENA

MAISHA ni mafupi na mwendo wake ni mrefu. Hayana kitu cha kuwapa watu isipokuwa hofu tupu. Watafika mahali gani wakati hali zao hazina nguvu? Ukiwaona watu wa siku hizi utawadhania kuwa wao ni wenda peponi hasa, kumbe hali zao zimebadilika sana! Wakisema maneno wafanana mno na malaika. Utadanganyika uwafikirie kuwa ni wema hali sivyo walivyo. Ni mashetani walafi wamezao vitu vizima bila ya kuvitafuna. Maneno yao ni kama ya mitume waliotumwa na Mungu kutengeneza ulimwengu, lakini wanadhuru tenawanapigawatu kwa pembe. Tazama jinsi walivyo na madhara kwa maskini! Dunia ni tambo ya matata mengi. Sikiliza yasema, "Mnyonge mpinge."

MWEPESI WA UTELEZI

WATU wanapokutana, jambo kulitengeneza,
Siku wanapokosana, jua wataligeuza,
Kwa hoja kila namna, mpaka wamelisoza,
Liwe haliendi tena, au kulipatiliza.
Sheria zetu ni hizi, na daima hazidumu,
Mtu kama mpuuzi, na kama mwendawazimu,
Kulidumisha hawezi, jambo linalolazimu,
Mwepesi wa utelezi, hapo kama mwanadamu.

Mwepesi wa kuteleza, au chini kuanguka,
Mwepesi kuleta giza, nuru ikaharibika,
Mwepesi kuifukuza, heri inayomtaka,
Na heri inapoiza, hulia kama mzuka!
Ushairi nitulize, Ua langu la Waridi,
Nipoze moto utuze, kwa raiyo na marudi,
Mawazo uyatulize, yawe imara jadidi,
Na kisha unitukuze, joho lako linibidi.
Niliwaze na ukiwa, na maisha niyaweze;
Nende katika dunia, michezo nichezecheze,
Nisiwe wa kushangaa, na machungu niyameze;
Siku ya kuchaguliwa, na mimi nisichukize.

MWEPESI WA UTELEZI

WATU wakikutana kwa matengenezo ya jambo wana desturi ya kuligeuza jambo hilo hilo wakati wakikosana kwa sababu nyingi za kinyume mpaka wamelifikisha katika hali ya kuwa halipo tena ama kulilani. Sheria zetu ni kama hizi nazo hazina maendeleo ya kudumu. Mtu huzuzuka na pengine huwa kama mwenye kichaa. Hawezi kuendelea na jambo lililo na wajibu kwake. Hapana kiumbe mwepesi wa kufanya makosa kama alivyo mwanadamu. Rahisi wa kuteleza na kuanguka akaleta matata ya uharibifu. Hufukuza heri yake mara moja, kisha akaililia kama shetani wakati heri ile imekwisha kwenda zake.

Ushairi, Ua Langu la Waridi, nitulize moyo wangu kwa mashauri na mafundisho yako. Fikira zangu zitie nguvu nyingi, tena unitukuze kwa vazi lako la heshima. Fariji umaskini wangu nipate kuendelea katika maisha na katika dunia nicheze michezo kwa furaha. Nisishangazwe nakitu, nivumilie machungu, na siku ya kuchaguliwa watu na mimi nipendeze.

TUSITENGWE NA SULUHU

ULIMWENGU kama huu,
Wa chini kuwa wa juu,
Wadogo kuwa wakuu,
Na mchache wa nafuu,
Kitu kikubwa suluhu.

Ulimwengu kama huu,
Wa madhara ya miguu,
Vichwa vikawa mafuu,
Na siku si sikukuu,
Roho zataka suluhu.

Ulimwengu kama huu,
Wa magomvi na malau,
Na njaa kubwa na kiu,
Kwa wana na wajukuu,
Watu wataka suluhu.

Ulimwengu kama huu,
Wa tambarare na nguu,
Ghasia na Mau Mau;
Wenye sheria na mbiu,
Wote twapenda suluhu.

Ulimwengu kama huu,
Wa heshima na dharau,
Weledi na mababau;
Mataradhio makuu,
Ya kila mtu suluhu.

Ulimwengu kama huu,
Wa ugali si pilau,
Karela si zambarau,
Na wekundu si buluu
Haja kubwa ni suluhu.

Ulimwengu kama huu,
Na wa chai na tambuu,
Bei zimepanda juu,
Jambo bora ni suluhu.

TUSITENGWE NA SULUHU

DUNIA kama hii ya watu walio dhaifu kuwa bora; wadogo kuwa wakubwa, na iliyo na uchache wa manufaa; kitu kikubwa ni mapatano kati ya watu. Dunia kama hii inayoumiza miguu, vichwa vikawa kama vifuu vitupu na yenye siku zisizokuwa na furaha, roho za wanadamu hutaka mapatano kati yake.

Dunia kama hii magombano na madai kwa kufanyiana maneno; iliyojaa na kiu kwa watoto na vizazi vyao, watu huhitaji mapatano kati yao.

Dunia kama hii ya uwanda na ya safu ya milima, fujo na Mau Mau; iliyo na sheria na matangazo, sisi wote twapenda kuwa na mapatano kati yetu.

Dunia kama hii ya kuheshimiana na kudharauliana, yenye werevu na wapumbavu, na ya damu siyo ya rangi ya samawati; matakwa makubwa ya watu ni mapatano kati yao.

Dunia kama hii ya matumizi ya uraibu (tumbaku na tambuu), kakau na chai; vitu ambavyo vimekuwa ghali sasa, jambo lililo bora ni mapatano.

AIBU YA ROHO

MTU asiye heshima, aibu ya roho yake,
Mfano wake tazama, kama popo mwendo wake;
Wanaposhindwa wanyama, hudai ndege wenzake,
Na ndege sio wenzake, wanaposhinda wanyama.

Na siku ya mapatano, ya ndege na ya wanyama,
Yeye huwa na miguno, halipati la kusema,

Hana masikilizano, kwa ndege wala wanyama,
Mtu kamaye daima, ni aibu kubwa mno.

Huwa hatamki neno, kama kinywa kimetuna,
Hapati la mnong'ono, heshima hanayo tena;
Hana heshima ya neno, wala heshima ya jina,
Hapati kuonekana, hampi mtu mkono.

Hafai kuandamana, mtu huyo umwepuke,
Kama alivyo hiana, juu ya nafsi yake,
Na salama kwako hana, afadhali mtanuke,
Hiana wa roho yake, kwako hawi muungwana.

Mbaya mtu hiana, kuwa naye utajuta,
Dunia ikikubana, na kusongwa na matata,
Atakutupa mchana, mbinguni hakuna nyota;
Ni mambo yanatukuta, na kisha hutendekana.

AIBU YA ROHO

MTU mbaya hana heshima naye ni aibu ya roho yake kwa sababu tabia yake hufanana na tabia ya popo. Ndege wakiwashinda wanyama yeye hujidai kuwa na kabila la ndege; na wakati wanyama wanapowashinda ndege yeye hubadili mara moja asili yake akawa ni mnyama.

Siku ya mapatano kati ya ndege na wanyama mtu kama huyo huguna miguno, hawezi kusema kitu. Hasikilizam na ndege wala na wanyama. Mtu kama huyo ni aibu kubwa kabisa siku zote.

Hawezi kunena neno kama kwamba kinywa chake kimevimba. Hapati neno la kunong'ona kwa kupotelewa kabisa na heshima ya kusema naya sifa njema. Haonekani kama ilivyokuwa desturi yake wala hawezi kuamkiana na watu.

Kufuatana na mtu mwenye hiana juu ya nafsi yake mwenyewe si vema. Hawezi kukuletea wewe salama. Mwenye kuhini roho yake si yamkini kuwa huweza kuwa mwema kwako wewe. Y afaa kuepukana naye kabisa.

Mtu hiana ni mwovu. Ukiwa naye utajuta. Ukipatikana na taabu na matata ya ulimwengu atakukanusha akutoroke mchana kweupe na watu wanashuhudia. Mambo haya hutendwa kisha yanatukuta.

UDHIA WA MALI

MALI kitu cha udhia, najua mashaka yake;
Usingizi hupotea, afadhali yende zake.
Wakati nilipokuwa mkononi nina kitu,
Furaha sikuijua kwa kuzungukwa na watu;
Wakidai usuhuba, uwapacho hakitoshi,
Na kulia kuwa haba, wakazidi kunighashi.

Mali ni kitu dhaifu, afadhali isirudi,
Iliwaleta elfu, na mia ya mahasidi;
Waliotaka nakidi, kwa sifa wakanisifu,
Kunipenda kwa fuadi, kumbe si waaminifu!
Mali kitu cha hasama, iweje hali yake, A!
Kutamani nimekoma, nitakuwa mkichaa.

Mali ina uadui, hata kwa ndugu wa moja,
Haliye ni kama hii, kitu hiki cha kioja.
Tangu mali kunihama, sasa ninayo amani,
Lepe zaidi ya pima, nilalapo kitandani.

UDHIA WA MALI

MALI ina mateso na taabu zake nazijua. Na ipotelee mbali kwa sababu hupoteza usingizi kwa mtu. Wakati nilipokuwa nayo sikufahamu furaha kwa kuzungukwa na watu waliojifanya marafiki na ambao hawakutoshwa na kitu walichopewa wakazidi kunisumbua kwa choyo chao. Ni kitu kibaya, heri kisije tena kwangu mimi. Kuniletea watu lakini ilikuwa si kweli. Ni kitu kilicho na shari hata kama hali yake njema kama nini. Kina uadui hata kati ya ndugu kwa ndugu. Kwa hali kama hii, ni kitu kigeni. Walakini, tokea iliponikimbia nimepata amani na sasa nikilala kitandani napata usingizi mwingi sana.

WAZURI WANNE

MIMI kibibi mnene,
Furaha ya kila bwana,

Hapatikani mwingine,
Kama mimi kulingana,
Kwa uzuri na unene,
Nastarehesha sana,
Kwa mzaha msigune,
Wa kama mimi hapana."

"Mimi kibibi mwembamba,
Furaha ya wafalme,
Napendeza kwa uchumba,
Ibada ya wanaume,
Ndimu pambo la kupamba,
Mzuri bila kinyume,
Uzuri umeniwamba,
Sishindiki kamwe kamwe."

"Mimi kibibi mweupe,
Nuru ya Jua na Mwezi,
Maneno yangu niwape,
Ndimi bibi wa mapenzi,
Wengine wote ni tope
Na uchafu wa masizi
Anishindaye awape,
Sifa zaidi ya hizi."

"Mimi kibibi mweusi,
Ni johari ya dunia;
Johari bora halisi,
Rangi yangu yatumiwa,
Nyweleni juu ya rasi,
Machoni nimeingia,
Ni katika karatasi,
Ni wino naajabiwa."

WAZURI WANNE

MWANAMKE mnene alieleza kuwa katika wanawake wazuri hakupatikana mwanamke wa kushindana na yeye. Kwa umbo lake zuri na kuzaa alikuwa na starehe nyingi kwa mabwana. Ilikuwa si dhihaka. Hapakuwa na mwanamke mwingine aliye mzuri sawa na yeye.

Mwanamke mwembamba alinena kuwa miongoni mwa wanawake, yeye alikuwa fahari kwa wafalme. Alipendeza kwa uchumba, jambo lililokuwa muhimu sana kwa wanaume. Alikuwa pambo la kupendeza lisilokuwa na hitilafu. Kwa kuenewa na uzuri vile alikuwa hashindiki hata kidogo.

Mwanamke mweupe alidai kuwa kwa kuwa na nuru ya Jua na Mwezi, yeye alikuwa bora katika mapenzi. Wanawake wengine wote walikuwa tope na uchafu mtupu. Kama palikuwa na mwanamke ye yote wa kushindana naye alitakiwa kutoa sifa zake.

Mwanamke mweusi alijisifu kuwa yeye alikuwa azizi katika duniakamavilejohari ilivyokuwa. Weusi wake ulitukuzwa kuwa kichwani na machoni mwa wanadamu. Isitoshe ulikuwa wino wa kupendeza sana katika maandiko na vitabu vilevile.

MTU NA MALAIKA

NILIPOPATA mashaka, mtu alinitokea,
Maneno akatamka, kama hivi kunambia:

"Neno lenye mzunguko, halipatikani mwisho,
Wa huku haifiki huko, wala halina malisho.
Halishibishi huchosha, njiaye ina uchovu,
Na ta'bu isiyokwisha, wala hupati utuvu.
Heri ya mtu ni kwenda, njia iliyonyooka,
Na milima akapanda, apendako akafika.
Mabondeni akashuka, mwituni akatumbua,
Na mitoni akavuka, hata alikonuia.
Na mzunguko wa dira, mwisho wake ni dirani,
Hupati kupanda bara, na hushuki baharini.
Tazama mahaka gani, njia ya dira si njia!
Haukutoi dirani, huelewi na dunia.
Huwi chini ya ardhi, huruki katika hewa,
Na moyo hauwi radhi, kabisa utachukiwa.
Njia yenye kunyooka, twende pamoja na miye,
Nimechoka kuzunguka, iko wapi faidaye?
Nitagawana na wewe, baraka nitayopata,

Hasara nipe mwenyewe, kwenda nami hutajuta.
Lo! Mzunguko kukupa, kufika ukutakako,
Hata kiapo naapa, ajabu hiyo haiko."
Kwisha kwa kusema hivi, hayupo aliyesema,
Na kichwani nina mvi, pale niliposimama.
Nilitokwa na huzuni, kuwa ta'bu zimekoma,
Nikashukuru moyoni, na maneno nikasema:
"Ulikuwa malaika, lakini sikukujua,
Na sasa nitayashika, yote uliyonambia."

MTU NA MALAIKA

NILIPOKUWA katika mashaka palikuja mtu akanena kuwa j ambo la mzunguko lilikuwa halifikishi mtu mahali popote.Ni kazi bure kabisa. Halikuwa na manufaa ila wingi wa uchovu. Lilikuwa na mashaka yasiyokwisha, wala halikuleta starehe. Ilikuwa vema kwa mtu kwenda katika njia moja kwa moja akapanda milima, akashuka mabondeni, akapita misituni, akavuka mitoni mpaka akafika alikokusudia. Walakini, mzunguko wa dira uliishia dirani siku zote. Mtu hakuweza kwenda bara wala kushuka pwani. Tazama mashaka yake yalivyokuwa! Njia ya mzunguko ilikuwa si njema kwa sababu hukuweza kutoka ndani yake ukapata kujua ulimwengu. Kwa kukosa kuweza kwenda chini ya ardhi wala kuruka moyo wako haukuridhika hata kidogo. Kama ulifuatana na mimi katika njia iliyonyooka, mimi ambaye nilichoshwa na mzunguko ambao sikufahamu faidayake usingalipata kisa cha majuto kwa sababu tungaligawana baraka iliyopatikana; na hasara yote ungaliniachia mimi mwenyewe. Alimwapia kiapo kwamba hapana kitu kilichopatikana katika mzunguko, na kuwa haukumfikisha mtu ye yote alikokutaka.

Baada ya hayo yule aliyesema alitoweka, nikabaki mimi peke yangu. Nilijiona nimejiwa na akili kichwani palenilipokuwa.Huzuni na mashaka yangu yalikwisha. Nilishukuru moyoni nikasema kuwa alikuwa malaika lakini sikumtambua. Ilinipasa kufuata mafundisho yake sasa.

MAUA NA MANENO

MAUA huchaguliwa, ndipo nyuki akaweza,
Asali kuyachujua, tamu na ya kupendeza,
Mpaka katika meza, warembo wanayoweka,

Ni yale ya kung'ariza, siyo yale ya kunuka.
Ua lo lote porini, nyuki shida kuchukua,
Unga uliyomo ndani, ama mnato wa ua.
Kitu gani achelea? Maua mengine sumu,
Kwa nyuki kuyatumia, na pia kwa mwanadamu.
Licha nyuki hata ndege, wana maua wahofu;
Panzi pamoja na nzige, wakiyala huwa wafu.
Palipo ua dhaifii, nzi hapakaribii,
Mlaji kila uchafu, huhofu namna hii!

Penye ua la harufu, kali halishi mnyama,
Na kila mdudu pofu, kwa muda atapahama.
Hapo hapatui nune, kipepea hukioni,
Wala wadudu wengine waliomo duniani;
Ila walio na sumu, kama iliyo uani,
Hao huona karamu, nyuki hayumo kundini.
Nyuki anao mshale, tena mwelewa wa vita,
Hujitetea milele, na aduize hujuta.
Tena mwingi wa adili, na katika kazi yake,
Anatumia akili, na sifa wajibu wake.
Ana sifa mbalimbali, huyu mpenda maua,
Kisha ni mla asali, bora katika dunia.

Hali ilikuwa ni hivi, na maneno kadhalika,
Watu wasiwe walevi, wakati wa kutamka,
Yawapasayo kusema, wayachague vizuri,
Pasije shuka zahama, neno la shari hatari.
Neno ni kama risasi, kinywani likisha toka,
Huweza leta mtesi, ama rafiki hakika.
Hasara ya mlimwengu, katika dunia hii,
Ni kununua machungu, kwa neno la uadui.
Kutenda hivyo hasara, na majuto hutokea,
Majuto huzuka mara, chema kikisha potea.
Pakabakia kulia, machozi yaliyo moto,
Kwa msiba kulemea, na hasara na majuto.

KWA uchaguzi wa maua mema nyuki ana uwezo wa kutengeneza asali iliyo tamu sana. Watu walio damisi huweka vile vile maua mazuri na yenye urembo juu ya meza zao, siyo yale yaliyo na harufu ya uvundo. Nyuki hachukui katika ua liwalo lote porini unga wala mnato. Anaogopa nini ufanya hivyo? Ana hofu kwamba baadhi ya maua yana sumu kwa nyuki mwenyewe na kwa mtu pia. Achilia mbali nyuki hata ndege, kwa desturi, wana maua ambayo huyahofu; panzi pamoja na nzige hukutana na mauti wakila maua kama hayo. Mahali palipo na ua la kudhuru nzi, ambaye hula takataka zote, nyuki hawezi kupakaribia kwa hofu kubwa ajabu ya maisha yake.

Mnyama halishi mahali palipo na ua harufu ya madhara, na wadudu wote wasio macho huondoka hapo. Huwezi kuona nune, kipepea wala wadudu wengine wanaoishi, isipokuwa wale wasiodhuriwa na sumu iliyomo katika ua lenyewe. Wadudu kama hao huiona harufu hiyo kama ya chakula kizuri katika karamu, lakini nyuki huwa hayumo katika jamii yao. Nyuki ana mshale na maarifa mazuri sanayavita. Hujitetea maadui zake wakajutia uchokozi wao. Zaidi ya hayo ana bidii nyingi katika kazi yake. Hutumia akili, na kwa hivi ni wajibu wake kusifiwa kwa sifa mbalimbali huyu mpenda maua ambaye chakula chake ni asali bora katika maisha.

Kwa hali kama hii mtu hatazamiwi vilevile kutumia ovyo maneno yake wakati wa kusema. Ni wajibu wake kuchagua kwa uangalifu mwingi sana kila neno analolitumia makusudi kuzuia tukio lolote la matata kwa sababu neno la ugomvi ni hatari. Neno lafanana sawasawa na risasi, likiwa limekwisha toka kinywani mwa mtu. Huweza kukuletea adui ama rafiki wa milele. Katika dunia hii ni hasara kwa mtu kujitafutia matata mwenyewe kwa neno la shari liletalo majuto makali kwa huzuni kubwa baada ya kupotelewa na matumaini mema aliyokuwa nayo.

CHEKA KWA FURAHA

EWE uliye na maya, shauri langu lishike,
Ina matata dunia, kwa kudumu ndani yake,
Mpaka umeondoa, huzuni yako ucheke.

Cheka cheko ni furaha, uache kusikitika;
Cheka upone jeraha, yaepuke na mashaka,
Na mwili kupata siha, ukianguka inuka.
Inuka juu inuka, chini usigaegae,
Inuka na kisha cheka, kucheza uendelee;
Endelea na kucheka, na shangwe kuu nanyowe.
Cheko iwe maridhawa, kunjua uso ucheke,
Mungu Muumba dunia, furaha mchezo wake;
Huzuni itakimbia, kicheko ni dawa yake.
Tena fanya kila siku, kicheko kifululize,
Na mchana na usiku, furaha iendeleze,
Acha msiba kushuku, kukujia jikataze.
Cheka na watu kukicha, na usiku ukariri,
Ucheke jua likichwa, na kisha uwe tayari,
Huzuni yako kuacha, kwa sababu huhasiri.
Cheka sasa kwa furaha; dhiki ingawa usoni,
Dhiki ni kama mzaha, asiyecheka ni nani?
Haya cheka ha! ha! ha! ndiyo ada duniani.
Cheka mwanadamu cheka, mtu kaumbwa acheke,
Msiba kwake dhihaka, kicheko mtu mwenzake,
Ni mwenzake wa kuweka, huzuni adui yake.
Msiba unazeesha, mtu bado ni mchanga,
Ndiyo sumu ya maisha, inafaa kujitenga,
Mwilini inaozesha, uzikwe chini ya changa.
Cheka uzuie kwisha, maishayo mbio mbio,
Furaha ndiyo tamasha, kiumbe aliyo nayo,
Hata nyota zakumbusha, kuwa nayo hali hiyo.
Mawingu yanapotenga, nyota mbinguni hucheka,
Chini likashuka anga, la furaha kupeleka,
Kwa wakubwa na wachanga, wapate kufurahika.
Cheka kicheko ni dawa, hutia nguvu mwilini,
Moyo ukapata kuwa, ndani na matumaini,
Ndilo jambo maridhawa, kwa kiumbe duniani.
Basi cheka kwa! kwa! kwa usafike moyo wako

Pamoja na malaika, wema mbinguni waliko;
Cheka usiwe na shaka, itakuja zamu yako.

CHEKA KWA FURAHA

WEWE mwenye hasira nakupa shauri langu kuwa hutaweza kuishi katika dunia hii, kama huondoi huzuni yako ukacheka. Kucheka kicheko ni furaha, achilia mbali masikitiko yako. Cheka upate tokwa na machungu, mashaka na uchovu mwilini mwako kilawakatiunaposhindwa. Inukausimame wima, usigaegae chini. Simama wima tena ucheke ili mchezo upate kuendelea kwa shangwe nayowe la kicheko chako kikubwa.

Kicheko ndicho kitu kitoshacho kwa mtu. Futa huzuni katika uso wako ucheke. Mungu aliyeumba ulimwengu mchezo wake ni furaha. Dawaya huzuni ni kucheka, ukicheka itakimbia. Na iwe kawaida yako kucheka mchana na usiku siku zote. Fululiza kuwa na furaha bila kujali msiba wako. Cheka na watu tangu asubuhi, na usiku fanya vivyo hivyo. Kisha jiweke tayari kuiacha huzuni kwa sababu ni kitu chenye madhara kwa mtu.

Cheka kwa furaha sasa hata kama mashaka yapo mbele yako, yahesabu kuwa si neno kwa sababu hapana mtu asiyecheka. Cheka sana maana kicheko ni nguvu katika ulimwengu, na mtu kaumbiwa furaha ya kucheka katika maisha. Msiba ni kama masihara kwake, lakini kicheko ndiye mwenziwe. Ni rafikiyake wa kuwa naye daima, na huzuni ni adui kwake. Msiba unaleta uzee wa mapema kwa mtu wakati yumo katika ujana bado. Ni sumu katika maisha na inafaa kujitenga nayo, ama sivyo itaharibu maisha yako, ufe na kuzikwa kaburini.

Kwa kuyazuia maisha kuharibika upesi ni jambo muhimu sana kwa mtu kucheka maana furaha ndiyo anasa yake, na hata nyota humkumbusha mtu kuishikilia sana furaha. Wakati mawingu yanapojitenga nyota zilizo mbinguni hucheka zikaleta mwangaza katika ardhi wa kueneza furaha kwa watu wazima na watoto wapate kuchangamka. Dawa ya nguvu mwilini ni kicheko, kwa hivi, cheka ili moyo wako upate kuwa na matumaini; ambalo ni jambo la kutosha sana kwa mtu katika dunia.

Cheka kicheko kwa nguvu pamoja na malaika wema walio katika mbingu, makusudi moyo wako uweze kuwa mweupe. Ondoa shaka moyoni, ucheke na zamu yako ya heri itakuja.

UKAIDI

NASHIKILIA ukale ambapo hapana budi,
Na huacha vilevile iwapo haunifidi;
Nitabadili milele siwezi kuwa abidi,
Wa kutenda yaleyale kuizuia juhudi.

Haunifanyi mwembamba nikadai imebidi,
Kama hilo sitaomba nikajivunjia sudi,
Ya kurai na kulumba nahau na tajuwidi,
Na dunia kuipamba fususi na zumaridi.

Kuipamba kwa milima na mito bora zaidi,
Johari dunia nzima na kwa uturi na udi,
Kwa maji ya kuzizima chemchemi musfadi,
Bustani ya rehema kwa roho zake Wadudi.

Mito ijae maziwa na mabonde ya samadi,
Na asali na mimea, majazi na maziadi,
Na ardhi ya maua mbalimbali mawaridi,
Harufu katika hewa ya meski na mkadi.

Mungu huyafurahia mabadiliko ya sudi,
Namna ya kipepea, mapambo yake idadi.
Tafauti ya madoa na ya umbo makusudi,
Uzembe kushikilia mwendo mmoja abadi.

Mimi siwi laizeki wa kushika ukaidi,
Mambo nikiyahakiki mbalimbali na jamidi,
Siwezi kuacha kikwi nikafuata wahedi:
Jambo moja linidhiki, mengi nisiyafaidi!

Ukale una mapenzi, fahari yake zaidi,
Ni kitu mno azizi kuuacha si muradi;
Ukale kwangu mzizi au asili na jadi,
Bali ikiwa si wazi miye sitausujudi.

Ukale hunasibiwa, kila kitu kina jadi,
Ila ungeshikiliwa marembo yasingezidi;
Ingechelewa dunia na magunduzi zaidi,
Kale upya huzuia kwa dhara na ukaidi.

La zamani kama jema kwangu ndilo la muradi,
Na likiwa na tuhuma huwa zito na baridi;
Lakini lenye heshima Iiwazi kwa ushahidi,
Na sababu kama njema kuliridhi naahidi.

Kale sina huba nayo, nawa'achia wakaidi,
Na watu wenye mioyo yenye hasira shadidi,
Kupinga mambo yajayo: eti weledi zaidi!
Wao na washike yao, nami naridhi fuadi.

Sasa na wajitogoe kwa sanaa kusanidi,
Majoho yao wavae na vilemba wale idi,
Na ufundi uzagae kwa maarifa kuzidi;
Mazonge wayazongoe kwa kazi siyo madadi.

Sioni kwamba muhali katika kale kurudi,
Ikiwa neno kamili ni jema na maridadi;
Kwa neno la uaili sirudi kamwe sirudi,
Hii ni rai halali hapana shaka wahedi.

Kwa pingu za kawaida sitajifunga kusudi,
Kila sheria kwa muda na wishapo hairudi,
Pingu hazina faida bali hupinga kuhidi,
Wala hiyo siyo ada kwa watu wa jitihadi.

Tuwe kama malaika kwa sala na kuhimidi,
Mungu mwenye kutukuka, Raisi wa Maseyidi,
Kwa kutujaza baraka na matendo ya kuhidi,
Huwaje tukawehuka kwa majivuno na tadi!

UKAIDI

NASHIKILIA ukale kama ni lazima na huuacha vile vile ikiwa haunifai

Nitaendelea kubadili mambo kwa sababu siwezi kuwa mtumwa wa kutenda hayo kwa hayo nikazuia bidii yangu. Ukale hauniletei mashaka nikajidai kuwa ni wajibu wangu. Sitalitenda jambo kama hilo nikajipunguzia bahati ya kipawa na hoja za nahau na maendeleo ya kutengeneza dunia kwa mapambo ya mapenzi na uzuri. Kuipamba kwa milima na mito bora ya wingi wa maziwa na mabonde ya rutuba katika ardhi ya mawaridi mbalimbali; na asali na mimea isiyo hesabu; na harufu ya meski na mkadi katika hewa hata dunia nzima ijae majohari na manukato na maji ya mzizimo katika chemchemi safi. Dunia iwe bustani ya rehema kwa ajili ya roho za Mungu ambaye hufurahishwa na mabadiliko ya bahati mbalimbali kama vile kipepea kilivyo na wingi wa mrembo ya tafauti za rangi na umbo maalumu. Ni upuzi kushikilia mwendo mmoja siku zote. Si yamkini niwe mjinga wa kushika ukaidi. Mambo mbalimbali nayale yaliyogandana nikiyahakikisha siwezi kuacha wingi kwa kufuata uchache wa jambo moja: uchache unileteе mashaka hata nishindwe kuyafaidi mengi. Ukale una mapenzi na fahari yake ni kubwa kabisa. Ni kitu kilicho na thamani ghali, pengine hapana haja njema ya kuuacha - ndilo shina au asili na nasaba - ila ukiwa una matata sitauheshimu. Ni kitu huhesabiwa kwa nasaba kwa sababu kila kitu kina asili yake. W alakini, ukale ungeshikiliwa kama hivyo maendeleo mazuri yasingezidi na dunia hii ingekuwa nyuma ikachelewa kwa magunduzi kadha wa kadha. Ukale huzuia mapambazuko ya upya kwa uharabu na akaidi. Jambo la zamani kama ni jema nina haja nalo, na likiwa lina tuhuma kwangu huwa kama linatona baridi tena baya. W alakini, neno lenye heshima ushahidi wake huwa wazi. Kwa hiyo, naahidi kulikubali kama sababu zake zina maana. Mimi siupendi ukale, nauacha kwa washupavu na watuwenye mioyo iliyojaamoto wa hasira ya kupinga mambo yajayo kwa kujidai. Eti wao ni wataalamu zaidi! Na washike desturi zao, na mimi nitajiridhisha moyo kwa mambo niyapendayo. Na wajisifu kwa kutengeneza sanaa, wajivike majoho yao wakafaidi idi na ustadi uenee pande zote za dunia kwa wingi na kwa kuyatatua matata kwa kazi siyo kwa kujisifu tu.

Sioni mashaka kurudi katika ukale kwa neno lililo kamili na safi si ghafi; lakini kwa neno la uovu sirudi hata kidogo katika ukale; na bila ya shaka moja rai hii ni halali au haina lawama. Sitajifunga mimi mwenyewe kwa migogoro ya sheria. Kila sheria ina wakati wake maalumu na wishapo huwa hairudi katika matumizi. Migogoro yenyewe haina faida ila kupinga kwa nguvu matengenezo mema; na huo huwa si wajibu wao watu wenye bidii. Basi tuwe kama malaika alivyo kwa ibada na sala ya Mungu mwenye utukufu, Mkuu wa Wafalme, aliyetubariki kwa baraka na bidiiya kutengeneza wema. Tunakuwaje wendawazimu kwa majivuno na maudhi!

AJABU TUPU

IKIWA MUNGU humwoni, akuonaye ni yeye,
Aona ukiwa ndani, na nje kwa hekimaye.
Aona hata gizani; nani huona kamaye?
Na kama humthamini, hana hasara ujue,
Moyoni hana huzuni, majuto si asiliye.

Akiwa mwako rohoni, wewe huwa mpenziwe,
Na ikiwa humwamini, unapoteza mwenyewe,
Ameshika mkononi, vyote uonavyo wewe.
Duniani na peponi, ajabu tupu mwendowe,
Na manabii na dini, pamwe na msaadawe.

Ina ajabu yakini, hali yake na njiaze,
Kisha hazina kifani, azitendapo kazize.
Yeye hakuleta dini, kwa watu ziwaumize,
Kaleta kwao imani, kwa salama waongoze,
Katika matumaini, na mashaka wayaweze.

AJABU TUPU

KAMA Mungu humwoni; yeye hukuona wewe kwa sababu ana uwezo wa kukuona wewe ukiwamo ndani na nje. Yeye huona vilevile katika giza. Ni nani ambaye huona kama aonavyo Mungu? Na kama waona hana thamani au maana kwako; yeye hana hasara yoyote, lifahamu vema jambo kama hilo. Hana moyo wa huzuni na majuto, hana asili nayo hata kidogo. Mungu akiwa katika roho yako, naam, wewe huwa kipenzi chake, na iwapo huna imani naye unajitia wewe mwenyewe katika hasara kubwa. Katika miliki yake vimo vitu vyote hivi ambavyo wewe waviona. Tangu hapa duniani mpaka huko peponi mwendo wa Mungu una miujiza mikubwa; vivyo hivyo, ndivyo manabii na dini na msaada wake ulivyo daima. Ana hali iliyo na miujiza mingi mno na kadhalika njia zake. Na wakati akitenda kazi zake huwa ni upeo ambao hauna mfano katika ulimwengu. Yeye hakuwaletea wanadamu dini makusudi ziwadhuru. Hasha. Ameleta kwao imani au njia ambayo itawaongoza kwa salama katika matumaini, na ushindi juu ya mashaka yao wafanikiwe.

USHAIRI

USHAIRI kwangu mimi kama hirizi ya sudi,
Ni malaika huhami kwa faraja za fuadi,
Na ambaye hanihami katika kila juhudi:
Juhudi za maandami ya sala na ya uradi.
Hapana shaka hatami, kwa uwezo wa Wadudi,
Katika dhambi sizami za weusi kufanidi,
Ama mithili ya lami, na mbaya kwa kuhusudi,
Zenye moto wenye ndimi kwa mtu kama zawadi;
Nami dhalili situmi, nilipeni kwa Wadudi?
Mimi ni mtu sisemi, sina guvu sijimudi,
Basi kwani siungami, hirizi hii wahedi,
Ina sudi kwangu mimi, nyingi hazina idadi.
Naifunga haizami, kwa mkufu na udodi,
Au madini za Shami, zenye nguvu maujudi,
Na kwa dhahabu adimi, ghali katika biladi.
Wengi hupenda uchumi, na mali au nakidi,
Bali huba yangu mimi, ni ushairi kuzidi;
Ni nini mtu kamami, mbele yao maseyidi,
Maarufu kwa uvumi, na wenye sifa za jadi!

Kwa nguvuye ushairi, natema moto na radi,
Vitu vilivyo hatari, iwapo sikujirudi,
Unidhanie amiri, mahali penye junudi.
Pia natema johari, na mvua yenye samadi,
Na madini ya fahafi, bei kubwa kwa nakidi,
Mfano kama tajiri, ingawa sina wahedi,
Mfano kama tajiri, ingawa sina wahedi,
Kitu ila ufakiri, kama kwamba ni ahadi
Na mudawe umejiri, kutimizwa imebidi.
Na hunipandisha ari, nikajiona seyidi,

Ama mtu mashuhuri, imara kama hadidi,
Sitetemeki kwa hari, hofu wala kwa baridi.
Na bahari na mapori, ya giza kama fuadi,
Ndani yaliyo na siri, hupata nikaidadi,
Nikazuia dhamiri, na nia na makusudi.
Huja kwangu wasafiri, kuzuru na kuradidi
"Kipawa chako kizuri, na heshima hukubidi"
Jibu langu nkariri, "Hidaya yake Wadudi."
Niwie radhi Jabari, kwa kujinadijinadi,
Lakini kwa kukukiri, kushukuru yanibidi.

USHAIRI

KWANGU mimi ushairi ni kama hirizi ya bahati; ni malaika vilevile ambaye hunisaidia kwa faraja za moyo wangu, na ambaye haondoki kwangu nikiwa katika bidii iwayo yote: bidii ya kufuata ibada na sala. Kwa nguvu yake Mungu, hapana shaka kwamba hata mimi siwezi kupotea katika madhambi ambayo kwa ubaya hufanana na weusi wa lami, na yaliyo na madhara ya kuumiza; yaliyo na moto wa ndimi, hayo yawe ndiyo zawadi yake mtu. Kwa hali kama hii yangu mimi ya udhalili na ukosefu wa mtu wa kumtuma, nitalipa kitu gani kwa Mungu? Mimi ni mtu ambaye sina uwezo wa kunena; sina nguvu wala siwezi kujiendesha. Basi, kwa nini siungami kuwa hirizi moja kama hii nina sudi nayo kubwa sana. Na mimi naifunga isije potea kwa mkufu na udodi, au kwa madini zilizotoka pande za Sham zenye nguvu barabara, na kwa dhahabu iliyo tunu na ghali sana katika nchi. Baadhi ya watu hupenda uchumi wa mali au fedha. Lakini mapenzi yangu mimi yamo katika ziada ya ushairi. Mtu kama mimi kitu gani mbele yao mabwana walio maarufu kwa sifa na heshima ya nasaba!

Kwa nguvu ya ushairi naweza kuwakisha moto na kuleta chini radi, vitu ambavyo vina hatari kama sikujionya mimi mwenyewe, hata uweze kunidhania kuwa sawa na amiri mahali palipo na askari. Kadhalika, mfano naweza kufanya mvua ya majohari na ya rutuba, na madini ya fahari kwa thamani kubwa ya fedha; mfano kama vile tajiri alivyo, ijapokuwa sina hata kitu kimoja ila umaskini kama kwamba nina ahadi nao na wakati wake wa kutimizwa umetimia kwa kila hali. Pengine hunipandisha ari nikajiona nimekuwa bwana, au kama mtu mashuhuri na aliye madhubuti kama vile chuma kilivyo. Sitetemeki kwa joto, hofu wala kwa baridi. Na bahari na mapori yenye giza kuu kama vile moyo ulivyo na siri zake hupata nikazitambua; nikaweza kuzuia fikira na nia na makusudio au maazimio. Wasafiri hunijia kunizuru na husema kuwa kipawa changu kizuri hustahili heshima. Huwajibu kwamba ni hidaya yake Wadudi. Bwana Mungu nisamehe kwa kupenda kujisifu, lakini wakati ninapokukiri kama hivi, yanipasa kukushukuru.

KINYUME

SASA tuseme na nani, wakati umesha pita,
Tuseme nini waneni, hali tumekwenda puta,
Tuseme shauri gani, nyakati ni za kupita;
Sijui tuwalipeni, malipo tunatafuta!

Acha msitusilike, machungu yatutokota,
Mnajidai makeke, wala si watu wa vita,
Wachekao na wacheke, nyakati zimetupita,
Waume na wanawake, hatuna kitu nukta.

Tumekauka lahami, mfano kama wa mbata,
Zimeyabisika ndimi, vinywa havina mafuta,
Neno moja hatuhemi, tumebakia kutweta,
Twadhaniwa hatuzami, kumbe maji tumetota.

Tumekauka zabadi, kwa yabisi kutunata,
Kumbe haina ahadi, kumbe dunia matata!
Ina sumu ya fuadi, kwa ahadi za kusita,
Mtu hapati muradi, ila hupata kujuta.

Tulifululiza mwendo, lakini sasa twasita,
Tulikwenda kwa mashindo, lakini sasa twanyata,
Tulikuwa na magando, ya kushika na kuvuta,
Sasa tuko huku kando, hapana wa kutuita!

Ni nyakati za kinyume, sisi zilizotukuta,
Na ibidipo tuseme, wenzetu huwa wateta;
Kila mwenye ufalme, hulikiswaje kubwata!
Wabwatapo wanaume, wake hufanya matata?

Maskini akipata, matako hulia mbwata,
Na tajiri hutafuta, kamari, bima, karata.
Maisha yana matata, na dakika ikipita,
Umri umesha kata, kovu kubwa ya kufuta.

Ni lipi la kutumia, macho yanatuchonyota,
Twakaribia kulia, bali nini tutaleta,
Kwa machozi na mamia, hata mito yakikata!
Nyama teke zaumia; huna pa kufurukuta.

Na roho zimeghumiwa, kwa dunia ya kupita,
Na urembo wa maua, na matunda ya kuguta,
Kila ambaye hupewa, hula mwisho akajuta,
Majuto ya kutotea, Shetani aliyoleta.

Tamaa ya utukutu, ndiyo ambayo yavuta,
Kila namna ya watu, kuwa katika matata;
Mwisho hawana kitu, haki yao ya kupata,
Sawa na wanyama mwitu, kila wanapopapita.

Watu wanachukiana, hawataki kujivuta,
Pamoja wakapendana, kama mimea na tuta,
Hawataki kupatana, kama maji na mafuta,
Na ghafula wawaona, wenyewe wanajiseta!

Walumbao na walumbe, fundo nimeisokota,
Wagombao na wagombe, kwa bunduki au nyuta,
Waje toka kila pembe, na zeze nalikung'uta,
Waimbao na waimbe, maghani nimeyaleta.

KINYUME

TUSEME na nani sasa na wakati umekwisha pita; wanenaji tuseme kitu gani hali tumekuwa taabani, hatujiwezi; na wala hatufahamu tuwalipe kitu gani, tukitafute wapi kitu cha kuwalipa! Acheni kutusimanga. Machungu yanatuchemka. Nyinyi mwajidai kuwa na ghasia na hali si watu arifu kwa vita. Hapa basi na wacheke wenye kicheko. Sisi tumepitiwa na nyakati zetu.

Wanaume na wanawake wote hatuna hata kitu kidogo kama nini. Nyama mwilini zimetukauka sawasawa na mbata zilivyo; na ndimi zetu zimeyabisika au zimekuwa kavu kukutu hata vinywa vimekuwa havina mafuta. Hatusemi neno moja ila tumebakia kupigwa na mioyo vifuani. Eti twadhaniwa kuwa hatulowani na kumbe tumelowana kwa maji chepechepe! Uto wetu umekauka mwilini kwa sababu ya kuzidiwa na yabisi - shida. O dunia haina ahadi; kumbe ina wingi wa matata! Na kwa sababu ahadi zake zina tabia ya kuchelewa, dunia ni kama sumu katika nafsi za watu. Mtu hapati akitakacho akafurahi, ila hupata msiba tu.

Tulikuwa tunaweza kwenda moja kwa moja, lakini siku hizi twenda kwa kusitasita. Tuliweza kwenda kwa nguvu, bali sasa mwendo wetu umekuwa kwa kunyatanyata kama kinyonga. Tulikuwa na koleo au mikono yetu ya kushikia na kuvutia, lakini sasa tumejitenga huku mbali, na wala hapatikani mtu wa kutuita. Nyakati hizi zilizokutana na sisi ni nyingine kabisa, na kama ipo lazima yoyote ya kunena, wenzetu huingia katika ugomvi. Itakuwaje mtu ye yote mwenye miliki kukubali kuzuiliwa kukaripia! Je, wakati wanaume wanapokaripia, wanawake huwaletea matata yoyote! Maskini apatapo kitu haachi kujisifu. Kadhalika mfano, tajiri hana kazi ila kutafuta matumizi mabaya ya kuharibu mali yake, kama vile kamari na michezo mengine ya nasibu. Kwa desturi maisha ni kitu chenye matata, na dakika moja ikipita umri wa mtu huwa umekwisha chimba kovu kubwa katika mwili.

Macho yanatuwasha, hatulijui neno la kutumia, tena twakaribia sana kulia, lakini machozi na mamia yetu yataleta kitu gani hata kama yanaweza kuchimba mito mikubwa katika ardhi! Nyama zetu changa katika mwili zina maumivu, lakini mtu hana pa kufurukutia. Na roho zimeingiwa na sahau au maghafala kwa sababu ya dunia ambayo haina utuvu, kwa uzuri wa maua na matunda ya kuliwa mtu akapiga makelele, hata kila mtu apewaye, baada ya kula hujuta majuto ya maangamizi yaliyoletwa katika dunia na Shetani. Hasa tamaa ya uharibifu ndiyo inayoshawishi kila namna ya watu kujitia katika matata. Mwisho wake huwa hawana kitu chochote cha kupata kuwa ni haki yao ila huwa na wanyama mwitu kila mahali ambapo huenda.

Watu wanachukiana hata hawataki kuungana wakapendana kama mfano wa mimea na matuta ya mkulima katika shamba. Wanapenda kukosana kama maji na mafuta, mara moja wawaona wanajisaga wao wenyewe. Walio na ubishi na wabishane. Mimi nimekwisha funga fundo yangu; na walio na ugomvi wagombane kwa bunduki au nyuta. Na waje watu toka kila upande; mimi nalipiga zeze langu wapate kuimba maghani niliyowaletea.

UJINGA

NI ujinga wa ujana,
Choyo na wivu,
Wakati wa kukutana,
Hila na nguvu;
Na nafsi kujibana,
Kwa upumbavu,
Ulio kama laana,
Na upotevu.
Wenyewe wanakulana,
Watu werevu;
Mtukufu Subuhana,
Tupe wokovu.

UJINGA

CHOYO na wivu ni ujinga wa ujana katika wakati wa mkutano wa hila na nguvu; na roho za watu hujisumbua kwa sababu ya upumbavu ulio sawasawa na laana na uharabu. Watu walio werevu hujila nyama za mwili wao wenyewe, au hujidhuru wao wenyewe. Mungu Mtukufu twaomba kutuwezesha kuokoka.

UMRI

Kwa mtu kupindukia,
Umri si ada;
Kila jambo la dunia,
Ni jema kwa muda,
Na kama umekwishia,
Hapana faida,
Kuzidi kuendelea,
Na wingi wa shida,
Nzito kwa kuchukuliwa,

Wataka ziada!
Ziada ya kuumia,
Bilashi kwa shada,
La mvi zilizo mbaya,
Eti ni shahada!
Kwa desturi dunia,
Kitu cha faida,
Na pengine huwa baa,
Kitu chenye rada.
Ni maji maisha haya,
Daima hudoda,
Na hakika yake huwa,
Kufa kawaida.

UMRI

SI desturi njema kwa mtu kutamani kuishi hata kupindukia umri wake kwa sababu kila neno katika ulimwengu huu huwa jema kwa muda wake maalumu, na iwapo muda huo umekwisha hapana faida ya kuzidi kuendelea kuishi ulimwenguni, kuwa katikati ya mashaka yaliyo mazito kweli kweli na kuvumilia kama vile adhabu ilivyo. Taabu hii yatosha kwa mtu; ya nini kutaka nyongeza! Hali nyongeza yenyewe ni ya mateso ya bure kwa kutaka upate shungi la mvi zilizo mbaya kichwani. Eti ni ushahidi! Pengine ulimwengu huu ni kitu kilicho na manufaa, na pengine ni kitu cha uovu na kilicho na adhabu. Haya maisha ni kama maji, huvuja au hutona siku zote. Na hakikayake ni ile ya mauti kwaviumbe.

UOKOVU

MWENYEZI mtimizaji, litimize dua langu,
Nipe haja Mfariji na himaya ya machungu,
Nikidhie mahitaji ya rai penye mizungu,
Nipe rutuba ya maji - asali katika mbingu
Ninywapo yawe kinywaji ufurahi moyo wangu.

Mungu mtengenezaji wa mambo na malimwengu,
Nizatiti kwa uchaji katika maisha yangu,
Na auni na kipaji, nigawie fungu langu,
Maisha ni mapitaji na pengine ni machungu,
Na kwa hivi nahitaji uokovu wako Mungu!

UOKOVU

MWENYEZI Mungu ambaye ni mtimizaji wa mambo nitimizie ombi langu kwa kunipa, wewe Mfariji, haja na himaya katika machungu. Tena nipatie matakwa pamoja na njia ya kupenyea mahali palipo na mizungu. Niridhie kupata rutuba na maji, yaani asali yako katika mbingu. Wakati wa kunywa maji hayo yawe kama kinywaji kitamu cha kufurahisha moyo wangu. O Mungu, Mtengenezaji wa mambo pamoja na visa vyake, niweke tayari kwa uchaji katika maisha yangu, na kisha nipe fungu langu la msaada pamoja na uwezo. A! Maisha haya yana mazoea ya kwenda zake, na pengine yana maumivu. Basi, kwa hali kama hii, naomba uokovu wako Bwana Mungu.

MBINGUNI

UTAJIRI wa mbinguni, thawabu zisizokwisha,
Kwa watu na kwa majini, ambazo huajabisha,
Na pepo hurulaini, na malaika mbashasha,
Na saburi na hisani, kila heri huivisha,
Zikawa tamu kinywani mwa mtu ukimwonjesha;
Hata tuweze kudhani hapana la kudunisha,
Huwaje mara huzuni, kuja na kudhalilisha!

E, huzuni na ajali, mikasa yenye kutisha,
Msiba na udhalili, vitu vyenye kutapisha!
Vitu hivi bure ghali, viumbe huwakondesha,
Vina sumu na ukali, na madhara ya kufisha.
Lini vitatenga mbali, na Mungu kuturudisha,
Katika yetu asili, na fahari ya maisha,
Na kila kitu halali, bila cha kuharamisha?

Tutakase kila mtu, na nafsi kung'arisha,
Toa uchafu na kutu, madhila a mshawasha;
Kuwa huru kila kitu, twazidi kukukumbusha,
Kwamba ndiyo haja yetu katika haya maisha;
Nawe ndiwe Mungu wetu, zidi kutuimarisha,
Katika kila msitu, na bahari ya maisha,
Lakini kusudi letu, E, Mwenyezi kamilisha!

Mashaka tunayopata ni zaidi ya kutosha,
Na dhambi zimetunata, hatuwezi kuziosha,
Mshabaha kama nta ambayo hujiyeyusha,
Kusudi kutuambata hata tukipurukusha,
Huzidi kutufuata ili kutugharikisha,
Katika kila matata, mengi ya kutatanisha,
Watu wakawa wajuta, ndani ya haya maisha.

MBINGUNI

KATIKA mbingu kuna utajiri na majazi mema ya kuajabisha kwa ajili ya wanadamu na majini, kuna pepo wenye usuri mwingi sana vilevile pamoja na malaika walio wapole, kisha kuna uvumilivu na fadhili ambayo huivisha au huandaa mambo yote ya heri, yakawa na ladha katika kinywa cha mtu wakati wa kuonjeshwa; hivyo basi twaweza kuingiwa na fikira katika mioyo ya kuona kuwa hapana neno jingine lolote la kumdunisha au kumbeza mtu. Basi, huzuni kuja vipi ikawatia watu katika hali iliyo mbaya ghafula! O huzuni na ajali ni mambo yaliyo na matisho, na msiba na udhaifu wa hali ni vitu ambavyo humtapisha mwanadamu. Mtu kupewa vitu hivi bure huwa ni ghali kwake kwa sababu huwasumbua mno viumbe. Vina sumu na ukali wenye madhara ya kuleta mauti kwa watu. Lini madhara haya yatawaepuka watu, ili Mungu uweze kuturudisha tena katika asili na katika fahari ya maisha yetu, na kukihalalisha kila kitu kiwe halali katika dunia nzima?

Kila kitu kitie katika hali ya usafi na mioyo katika hali ya tohara. Ondoa uchafu pamoja na kutu; hali mbaya pamoja na tamaa zilizo katika nafsi. Twazidi kukukumbusha. O Mungu, kuwa haja yetu kubwa katika maisha haya ni kukitakia kila kitu kuwa na uhuru wake katika ulimwengu; na kwa hali ulivyo Mungu wetu twakunasihi kutupa nguvu au imara katika kila namna ya matata na mashaka ya dunia hii; na kwa kila hali twaomba ututimizie kusudi letu, E Mwenyezi Mungu. Mashaka yanayotusumbua yamekuwa yanatupita kiwango - hayana kiasi. Zaidi ya hayo, tumenajisiwa na dhambi ambazo hatuziwezi kuzikosha tukawa safi, zimefanana na nta ambayo hujiyeyusha makusudi ipate kutuambata kwa nguvu, hata kama tunajipurukusha hutujia kwa kasi ili kutugharikisha katika machafuko kadha wa kadha ya kutatanisha watu mpaka wakajuta katika maisha haya.

UASI

WAASI wa serikali, wengi kuliko wa dini,
Wengi hawendi kusali, lakini wana imani,
Ambayo kwamba kamili, bila kasoro moyoni.
Kama haba ya adili, serikali huwa chini,
Ikawa yatenda feli, za shari na nuksani,
Na dhuluma na batili, na uhaba wa hisani;
Na jinsi mbalimbali, za watu ulimwenguni,
Kama hawaoni kweli, ni wepesi wa kuhuni;
Kitu duni serikali, iwapo mbele ya dini!

UASI

WAASI wa serikali ni wengi hata washinda watu wanaoasi katika dini zao. Watu wengi hawendi katika sala, lakini wanayo imani ya dini iliyo kamili pasipo kasoro yoyote katika mioyo yao. Kama serikali ina uchache wa adili katika madaraka, heshima yake hupungua ikatenda ukosefu wa wema. Hapo basi, watu wa jinsi mbalimbali katika dunia wakiona kwamba hapana kweli huwa wepesi sana wa kuhuni au kutoroka serikali. Mbele ya dini, serikali ni kitu kidogo kilichoje!

UA

E UA la manukato, katika maisha yangu,
Na faraja ya uzito, kila aina machungu
Kwangu ua hili shoto, na kulia pia yangu;
Na lifumuapo woto, ni pambo la ulimwengu,
Ua ninalionato, na ajabu kubwa kwangu.
Ua hili kama kito, ua hili kufu yangu,
Ni ua kweli si ndoto, ua ni kipenzi changu,

Ni ua lenye mnato, limevuta moyo wangu,
Tokea mimi mtoto, ni lenye mapenzi yangu,
Ua likando ya mto, neema kubwa ya Mungu.
Ua lina zari fito, zenye kiwiti cha mbingu,
Ua limejirembato, kadiri ya pambo langu,
Ua hunizima joto, machungu ya ulimwengu,
Kisha likawasha moto, wa bidii kubwa kwangu;
Nalo hapewi mtoto, tampa mpenzi wangu.
Ua halina majuto, halidhiki walimwengu,
Ua lanipa manyeto, majivuno kwa wenzangu,
Nendaki sina kisito, narudi nyumbani kwangu,
Nyuki hukosa mng'ato, kwa ladha ya ua langu,
Na asali yake nzito, huwa ni kinywaji changu.
Ua hili ni kioto, makao ya ndege wangu,
Ndege nimempa poto, za johari ya mizungu,
Ili asifanye koto, nami nashukuru mungu,
Kwamba hafanyi fukuto, ananiridhi kwa yangu,
Aniridhi kwa mazito, na makali na machungu.
Ua lenyewe kipeto, nawekea siri zangu,
Siri zangu za mapato, matamu au machungu,
Kuna siri za mateto, hufika kwa walimwengu,
Na kuna siri tototo, matope ya ulimwengu,
Yanataka bweta zito, kama kasha hili langu.

UA

E UA la manukato na faraja ya misiba na machungu namna mbalimbali ni hili katika maisha yangu. Nalihesabu ua hili kama mkono wangu wa kushoto na wa kulia vile vile; na wakati wa kufumua ua hili huwa pambo la ulimwengu. Ua hili lanipendeza kisha ni ajabu maridhawa kwangu mimi. Hili ni ua lililo kama johari na lililo kifani changu. Si ndoto, ni ua hasa na ua lenyewe ni kipenzi kwangu mimi. Ua hili lina mnato ambao umevuta moyo wangu, na tangu nilipokuwa mtoto mapenzi yangu yalikuwa katika ua hili. Kwa neema kubwa ya Mungu ua lenyewe limemea kando ya mto. Ua hili lina fito au mistari ya rangi ya zari iliyochanganyika na rangi ya samawati katika mbingu, tena limejipamba kwa rangi nzuri za kutosha kuwa pambo langu. Ua hili hupoza joto la machungu ya ulimwengu katika nafsi yangu. Baadaye huwasha moto wa bidii kubwa kwangu. Ua lenyewe hapewi mtoto, nitampa mpenzi wangu.

Ua hili halileti majuto, na wala haliwasumbui walimwengu; nalo hunipa fahari na majivuno kwa wenzangu. Nikienda mahali po pote siwezi kukaa kitako ila kurudi upesi nyumbani kwangu. Kwa ladha ya ua hili nyuki huwa hawezi kuuma, na asali yake nzito ndicho kinywaji changu mimi. Ua hili ni kioto, yaani, nyumba ya ndege wangu ambaye nimempa vyombo vya mapambo ya majohari ya ajabu sana, makusudi aache kufanya matata, nami namshukuru Mungu kwamba ndege mwenyewe amekuwa mtulivu, kisha hunikubalia mambo yang , makali na machungu. Ua lenyewe ni mkoba wa kuwekea siri zangu, yaani siri zangu za mapato yaliyo matamu au machungu. Kuna siri za utesi ambao, kwa desturi, hufika kwa walimwengu; na kuna siri za mambo ya matata; hayo ni matope ya ulimwengu huu ambayo hutaka kuwekwa katika sanduku lenye nguvu kama hivi lilivyo hili kasha langu.

KASHATA NA LADU

SERIKALI za wanyama, na ndege ama wadudu,
Ndani zina taadhima, kama kwamba maabudu;
Na watu wenye hekima, siku hizi hawamudu,
Madaraka na heshima, heri mnyama na dudu;
Vinywa vimewaachama, tamu imekuwa ngwadu.
Na heshima imehama, baki taka na mashudu,
Na madhara na dhuluma, miungu ya kuabudu,-
Na mambo haya si mema, watu yanawahusudu;
Hizi husemwa ni zama, za watu kufa kibudu
Kufa wangali wazima, na nguvu za kusujudu,
Na maudhi na hasama, kwao kashata na ladu.

KASHATA NA LADU

WANYAMA, ndege au wadudu wana serikali zilizo na utukufu au fahari iliyo kama ibadaya dini; na watu ambao kwamba busara imo katika miliki yao waonekana kuwa hawawezi hushika madaraka na heshima vema sana kuliko wanyama na wadudu siku hizi. Vinywa vya watu wenyewe vimefunuka wazi, na kitu ambacho ni kitamu kimekuwa kikasi kwao sasa. Kadhalika, wameondokewa na heshima, wamebakiwa na uchafu na machicha; na madhara na dhuluma imekuwa kama miungu ya kuabudu kwao. Mambo kama haya hayana heri, ni uharabu kwa wanadamu. Nyakati hizi husemwa kuwa ni nyakati za watu kuharibikiwa au kuangamia - kuangamia hali bado wazima - na wenye nguvu za kumwabudu Mungu. Maudhi na uadui wenye nguvu za kumwabudu Mungu. Maudhi na uadui kwa watu wa namna hii huonekana tamu kama kashata na ladu.

NJIA YETU

MUNGU kaumba Adamu, akampa Bibi Hawa.
Humpa mtu fahamu, ili asije potea,
Humpa mtu matamu, machungu humwepushia,
Humpa mtu elimu, urithi wa manabia,
Humpa mtu kwa zamu, maisha kuyatumia,
Humpa mtu karamu, na furaha ya dunia;
Humkataza haramu, na halali huridhiwa.

Mola ana takirima, wajibu kushukuriwa,
Anao wingi wa mema, kila mtu hugawiwa;
Humpa mtu uzima, na uwezo wa kujua,
Humpa mtu heshima, na mbawa za kurukia,
Humpa mtu neema, na ubora maridhawa,
Humpa mtu hekima, na miliki ya dunia,
Humpa mtu karama ya kuomba na kupewa.

Humpa mtu hifadhi, utukufu na ulua,
Humpa mtu amali, na baraka na kipawa,
Humpa mtu akili, kubwa ya kuajabiwa,
Humpa mtu adili, na uchaji na utawa,
Kila endapo mahali, sifaze zikazagaa,
Na humpa mtu mali, kutumia kila njia;
Humpa mtu kauli na ikibali ya dua,

Humpa na lifadhi, na urefu wa wasaa.
Humwondolea laradhi, mara moja akapoa,
Thawabu humkabidhi, na heri na manufaa,
Humkinga na maudhi, hatarini humwokoa;
Na humpa mtu hadhi, ikashangaa dunia,
Na humpa mtu radhi, alitakalo likawa;

Humpa mtu faradhi, mauti na kuzaliwa,
Humpa mtu kidogo, kinachoweza kukua.
Kikawa kama kigogo, japo uchane wa bua,
Mola tutue mizigo, dhiki nzito kuchukua,
Tupunguzie mapigo, na mashaka na udhia,
Bahari ya mvurugo, na ya dhambi inajaa,
Tatibu sote kwa kago, pasiwe na kupotea,
Kila mahali mitego, iko wapi yetu njia?

NJIA YETU

MWENYEZI Mungu alipomwumba Adamu alimpa Bibi Hawa kuwa mwenziwe katika ulimwengu.

Mungu humpa mtu fahamu kama msaada wa kumsaidia kuepuka katika upotevu wa dunia, mambo mazuri badala ya mambo mabaya, elimu ambayo ni urithi ulioachwa na mitume duniani kwa ajili ya manufaa ya watu, zamu au wakati maalumu wa kutumia maisha yake, karamu na furaha ya ulimwengu; humtaka mtu ajitenge na matendo haramu, na humruhusu katika matendo yaliyo halali. Ni wajibu wao watu kumshukuru Mwenyezi Mungu kwa ukarimu wake wa mambo mengi sana mema ambayo huyagawa kwa kila mtu kama vile: uzima na uwezo wa kujua, heshima na fursa ya kuchungulia mambo yaliyo mbinguni, neemaya vitu na cheo cha kutosha, hekima na ufalme wa dunia, na kabuli ya kuomba na kupewa kila kitu akitakacho. Zaidi ya hayo, humpa mtu mapendeleo ya utukufu na adhama, kazi na baraka zake na majazi, akili kubwa sana ya kuajabiwa, adili, hali ya uchaji na utawa, akatangaa katika dunia kwa sifa kila mahali endapo. Humpa vilevile mali ya matumizi mbalimbali duniani na usemi wa kukubaliwa maneno yake katika maombi na sala.

Mwenyezi Mungu ndiye ampaye mtu himaya na nafasi kubwa; humwondolea mgonjwa, maradhi akawa mzima mara moja. Humpa thawabu, heri na manufaa ya ulimwengu; humwepusha katika maudhi na humwokoa katika hatari; akampa hadhi ya kustaajabisha katika ulimwengu huu; humkubalia mambo yake yote yakawa kama vile alivyotaka; tena humpa faradhi ya uzazi na kifo. Mungu humpa mtu kitu kidogo kinachoweza kukua kikawa fahari ya kitu hata kama kilikuwa ni chembe tu ya kitu. Bwana Mungu tuondolee mateso, mashaka haya mazito kuvumilia. Tufanyie tahafifu ya misukosuko na mashaka na maudhi. Bahari ya ghasia au machafuko na dhambi inajaa. Tutibu sisi sote kwa kago ili mtu hata mmoja asishawishike akapotea. Mitengo imeenea kila mahali, iko wapi njia yetu ya wokovu?

MWANGI

KUNA walevi wa bangi, na walevi wa ubongo,
Wengine hulewa rangi, za ngozi na za maungo,
Waelekevu ni wangi, na wengine ni wasungo,
Dunia hewa ya mwangi wa kweli na wa uwongo.
Mambo ya dunia mengi, ya sawa na ya usongo,
Yana tafauti rangi, na tafauti viungo,
Mengine ni hudhurungi, na meupe na mpingo,
Na mauti hayafungi kinywa chake mviringo.

MWANGI

KUNA baadhi ya watu ambao kileo chao hasa ni bangi, na baadhi nyingine ya watu ni wapuzi sana wa mawazo yao; watu wengine wana majivuno yaliyo sawa kabisa na upuzi kwa sababu ya rangi zao za ngozi na za mwili. Kuna wingi wa watu walio waelekevu na watu ambao si waadilifu. Hewa ya ulimwengu ina mwangi wa mambo yenye kweli na mambo ya uwongo. Dunia imejaa tele mambo mema na maovu. Mambo yenyewe yana hitilafu au tafauti za rangi na za viungo vyake; baadhi yake yana rangi ya hudhurungi ama kahawia, mengine ni meupe na meusi; na faradhi ya mauti haifungi hata kidogo kinywa chake kilicho mviringo.

VITU PACHA

MAISHA magumu bila rafiki,
Na wazimu ni kupenda chuki,

Maisha matamu ukipenda haki,
Kwa kuifahamu na kuisadiki.

Bila kuitenda haki huijui,
Wengi hushindwa namna hii,
Haki inakwenda bila jitimai,
Wenye kuipenda wana uhai.

Haki na kweli ni vitu pacha,
Kuwa na akili zaidi ya mchwa,
Mambo mawili haya kuyaacha,
Ni ujahili wa moyo na kichwa.

VITU PACHA

MAISHA ni magumu kwa mtu ambaye hana rafiki, na mapendeleo ya chuki kwa mtu ni sawa na mapendeleo ya wazimu. Mapenzi ya haki hufanya maisha kuwa matamu, hasa ikiwa haki yenyewe mtu huweza kuifahamu na kuisadiki. Huwezi kuijua haki pasipo kuitenda; na watu wengi hawawezi kufaulu kwa sababu ya ujinga kama huu. Haki ni kitu ambacho hujiendesha katika dunia bila huzuni, na watu ambao huipenda huwa madhubuti kwa sababu ni wazima au wamekamilika. Haki na kweli ni sawa na watoto pacha, mtu na awe na wingi wa akili wa kushinda mchwa, lakini iwapo ana mazoea ya kutupilia mbali mambo mawili haya, basi anafanya ujinga ulio mkubwa kabisa wa fikira na fahamu.

UBORA WETU

KUWA mbali na umaskini ni hali iliyo njema mno,
Na afya kama haba mwilini ni taabu haina mfano
Hushinda fedha ya mfukoni isiyoweza kutenda neno,
Na laiti si machukiano tungalikuwa wote peponi!
Amani yetu haba moyoni kwa uadui na magombano,

Kama hatuna matumaini na ukunjufu na tangamano.
Tunao ikufi wa imani katika pori la makindano.
Fahari yetu duni thamani kwa kukosa masikilizano,
Ubora wetu ni mapatano, na leo huwaje nuksani!

UBORA WETU

KUTENGANA na umaskini ni hali iliyo njema sana; na uchache wa afya kuwa katika mwili ni mashaka ambayo hayana mfano. Ubora wa kuwa na rafiki katika mahakama haulingani na kitu kingine chochote, na hata hushinda fedha iliyomo mfukoni ambayo haiwezi kutenda neno; na laiti machukiano yasingekuwako, sisi sote tusingelikwenda katika Pepo!

Nafsi zetu zina uchache wa amani kwa sababu ya uadui na ugomvi kama watu ambao hatuna matumaini, furaha na masikilizano. Tuna chembe ndogo tu ya imani katika ushenzi wa ukaidi. Utukufu wetu, hauna thamani kwa ukosefu wa maridhiano. Katika hali ya utu, ubora wetu ni kuwa na mapatano, na leo pamekuwaje na nuksani!

KITU KIZURI

KITU kilicho kizuri ni furaha ya milele,
Uzuriwe hukithiri hata kikiwa cha kale.
Hakiwi duni thamani, kitu kizuri ni bora,
Na pambo la duniani, kukitunza si hasara.
Uzuri wake hawishi katika hali ya bure,
Una maisha aushi na thamani yake sare.
Hakijitembezi nje, watu wenda kukihiji,
Hali yake na iweje, kina wengi wahitaji.
Watu hukiajabia na hutaka kila siku,
Kwenda kukiangalia hata wa giza usiku.
Kila kizuri hudumu hata katika kaburi,
Ni makumbusho adhimu kwa watu kila umri.

KITU KIZURI

KITU kikiwa kizuri huleta furaha ya siku zote katika dunia, na uzuri wake huzidi kuendelea hata kama ni kitu cha zamani. Thamani ya kitu kizuri ni shida kushuka chini kwa sababu ya ubora wake, kadhalika si hasara kutunza kitu kilicho kizuri maana ni pambo katika dunia hii. Uzuri wa kitu ni fahari kubwa katika dunia, tena huleta furaha ambayo haina mwisho kwa watu siku zote. Hali ya uzuri wake haiwezi kupotea bure, ni hali yenye maisha ya aushi au milele, na thamani yake huwa ya namna moja tu. Kitu kizuri hakitoki nje kikajitembeza kwa watu. Lakini watu wana desturi ya kwenda kukitazama, na hata kama kina hali ya namna gani, kitu kama hicho hutakiwa na watu kadha wa kadha. Watu hukipa sifa kubwa kitu hicho, kisha hutaka kwenda kukizuru kila siku hata katika usiku wa giza. Kila kitu kizuri kina maisha ya milele, na hata kikiwa katika kaburi huwa ni makumbusho ya heshima kwa watu wa kila umri - kizazi.

KAMA UPINDI WA MVUA

DUNIA wenyewe watu, wamepewa kutumia,
Hii ni heshima kwetu, tumshukuru Jalia,
Wanyama ni washirika wenye kucha na pembe,
Na ndege wanaoruka na jamii ya viumbe;
Wanaokwenda kwa tumbo au kwa kurukaruka,
Ama walio na umbo ambalo huajabika,
Na baharini samaki ambao huzama mbizi,
Vitu havihesabiki, vyenye roho na pumzi,
Vitu hitilafu rangi kama upindi wa mvua,
Mungu ameumba vingi kupamba hii dunia;
Na vyote hutazamia kupata riziki kwake,
Bila kusahauliwa, tazama ajabu yake!
Katutukuza si haba, kisha tutarudi kwake,
Kwa mapenzi na mahaba katika miliki yake,
Kubwa isiyopimika; mafimdi hawaiwezi,
Na kulikokutanika mito yote ya mapenzi.
Kulikokutana heri, misiba hakuna tena,
Kila namna fahari, maisha ya kujivuna.
Kila mtu apendeza, kucheka hatahayari,
Na nyuso zitaangaza kama nuru ya sayari.
Watu wote wawe radhi; hapana mwenye kununa,

Hakutakuwa faradhi, kufa mama wala mwana.
Mikono watashikana, wanawake kwa waume,
Na wote kubusiana, wacheke wajitazame.

KAMA UPINDI WA MVUA

MILIKI ya dunia imo mikononi mwa wanadamu kwa ajili ya matumizi yao. Tumshukuru Mwenyezi Mungu kwa kutupa heshima kama hii. Wanyama wenye kucha na pembe; ndege wenye mbawa; na mahuluku wengine wenye mwendo wa kutambaa chini au mwendo wa kuruka katika hewa; au wale walio na umbo la ajabu kwa kutazama; samaki wa baharini; na viumbe wengine kadha wa kadha wenye uzima na pumzi wana shirika moja na wanadamu katika miliki ya ulimwengu.

Mwenyezi Mungu ameumba jumla kubwa kabisa ya vitu vilivyo na rangi au sura za namna mbalimbali mfano wa rangi za upindi wa mvua kwa kusudi la kupamba ulimwengu huu; na vitu hivyo vyote vina mazoea ya kupata riziki kila siku toka kwake pasipo kusahauliwa hata kidogo. Tazama ajabu ya Mungu ilivyo! Ametutukuza kwa utukufu mkubwa, kisha tutarudi kuwa katika asili yake, na kwa mapenzi na mahaba yake tutaruhusiwa kuingia katika utukufu wake mwenyewe, ambao umewashinda mafundi kuupima; na kulikokutanika chemchemi zote za mapenzi na heri; fahari mbalimbali na maisha ya majivuno.

Huko ni mahali ambako misibayote haitakuwako tena. Kila mtu atakuwa hana huzuni wala hatatahayari kucheka. Nyuso au sura za watu wote zitakuwa na mwangaza kama nuru ya nyota. Kila mtu ataridhishwa; hapatakuwa na mtu ye yote mwenye hasira. Faradhi ya mauti itakoma kuwako. Hatakufa mama wala mwana. Wanaume kwa wanawake watashikana mikono wakumbatiane. Kila mmoja atambusu mwenziwe; watacheka huku wanatazamana.

NILINDE

Ni weledi wa kusema,
Watu wa leo;
Na elimu na hekima,
Si haba kwao;
Bali hawana huruma,

Katika moyo;
Na fahari na heshima,
Ni chache kwao;
Tamthili ya wanayma,
Mfano wao;
Kisha waweza kuuma,
Sumu wanayo;
E Mungu mwenye uzima,
Nilinde nao.

Nilinde bado mzima,
Na shari zao;
Nilinde hata kiyama,
Nisende nao;
Nilinde na uhasama,
Na fihi zao;
Nilinde mwili mzima,
Matata yao;
Nilinde nayo nakama,
Ya hila zao;
Nilinde nao wanyama,
Wala wenzao;
E Mungu mwenye uzima,
Nilinde nao.

NILINDE

WATU wa siku hizi wanaelewa kunena, na elimu na maarifa yao si didogo, lakini wana upungufu wa huruma katika nafsi zao. Wanadamu wamekuwa sawasawa na wanyama wa porini kwa sababu ni maskini wa fahari na heshima; zaidi yake waweza kudhuru kwa sababu wana madhara au ubaya. Nakuomba Mwenyezi Mungu mwenye uzima kuniepusha na watu hawa.

Niokoe ningali mzima katika maovu yao; nitenge mbali nao wasiwe wenzangu katika kiyama; nitoe katika uadui na fitina zao; nivue katika matata yao yote, nivike dereya ya salama katika adhabu na hadaa zao; nilinde na wanyama hawa wenye madhara.

NIPE

Emanani na Sultani,
Mtawala kila mahala;
Nipe auni na husuni,
Bora chakula na kulala.

Nipe thawabu na jawabu,
Amani nyingi na imani;
Tenga ghadhabu na aibu,
Na ushetani na huzuni.

Nipe nguvu na uokovu,
Na tumaini la peponi;
Tenga uvivu na maovu,
Nuksani na kisirani.

Nipe mawazo na uwezo,
Kila nasaha na furaha;
Tenga mkazo na mizozo,
Na karaha na majeraha.

Nipe baraka na mwafaka,
Na saburi na tafakuri,
Tenga mahoka na mizuka,
Kila shari na ufakiri.

Nipe mke nisianguke;
Niwe na mume nimwegeme,
Ndoa yangu isivunjike,
Na mapenzi yasinihame.

NIPE

MWENYEZI Mungu Mfadhili, Sultani na Maliki wa dunia yote nikirimu kwa msaada na ngome ya himaya; chakula chema na usingizi; thawabu na jawabu la maombi yangu; amani na imani; heri na yakmi au kweli, na heshima na salama; nguvu na wokovu, na matumaini ya kwenda katika

Pepo; mawazo na uwezo, na nasaha na furaha kila namna; baraka na mapatano, na saburi na fikira.

Nitenge mbali na hasira na fedheha, na ushawishi au mvuto wa shetani na misiba; hatari na usafiri au jeuri, na uadui na adhabu; uzembe na maovu, na ugomvi na huzuni; mkazo wa matata, na maudhi na maumivu; wazimu na mashetani, na shari na umaskini.

Nipe mke nipate kuokoka katika upotevu; au mume ambaye naweza kumtegemea. Ndoa yangu isivunjike, na mapenzi ya milele niwe nayo.

KUFUA MOYO

SIKU ya panga kufuta,
Mashujaa kwenda kondo,
Siku ya kuja matata,
Na fadhaa na mshindo,
Siku ya watu kuteta,
Kufua moyo mfundo,
Siku ya nchi kutota,
Kwa damu kwenda mkondo.
Siku ya kung'ara nyota,
Za watenzi wa matendo,
Na siku ya kujivuta,
Wa kati na kando kando;
Bora ni kufa kwa vita,
Au ni kufa kwa sondo?

Uvundo wa mashujaa,
Ni sawa na manukato,
Marashi katika pua,
Hauna harufu nzito;
Ama rihi ya maua,
Njema isiyo fukuto,
Nyingi katika hewa,
Na ardhi yenye wote;
Ni fahari maridhawa,
Kwa wazee na watoto,

Na urithi wenye hawa,
Kama hazina ya vito,
Ghali katika dunia;
Kufa vitani ni ndoto.

KUFUA MOYO

SIKU ya panga kuchomolewa, matokeo ya matata, machafuko na mshtuo, mapigano ya watu, malipo ya kisasi, kulowa kwa ardhi hii kwa mmiminiko wa damu, utukufu wa watu mashuhuri wenye kujipambanua kwa matendo, na siku ya watu wote kujikusanya pamoja afadhali ni kufa kwa vita au ni kufa kwa maradhi ya sondo - kuharibika mwili kwa vidonda?

Uvundo wa maiti ya mashujaa ni sawasawa na mafuta ya uturi na marashi, au rihi ya maua mema katika pua za watu; hauna harufu ya karaha wala fukuto. Harufu yake nzuri hujaa tele katika hewa na katika ardhi hii yenye mimea. Mauti ya mashujaa huacha fahari kubwa watu kama urithi wa hazina ya majohari yaliyo bora katika ulimwengu. Mauti ya vitani hufanana na ndoto katikausingizi.

KOSA DOGO

KOSA la mtu mdogo kutangazwa si muhimu,
Hasara yake kidogo, kama la mwendawazimu.
Kosa la mtu mkubwa wajibu kulitangaza,
Kwa herufi kubwa kubwa na wino wa kuangaza.
Mdogo hatendi jambo duniani lenye kimo,
Kulitangaza uchimbo, makubwa yakiwa yako.
Dunia huharibiwa kwa makosa ya wakubwa,
Lakini husetiriwa, kwa bidii yakazibwa.
Si kinyume cha dunia wadogo kuadhirika,
Wakubwa wenye hatia wakazidi kutukuka!

Wakubwa wanafaidi, wadogo wadhulumiwa,
Na watu akifaidi maisha huwa mabaya.
Dunia inavyokwenda mtu akiifanidi,
Na mambo inayotenda hutatizika zaidi.
Hudharau maji male yawezayo meza vyombo,

Ikapiga makelele kwa wasio na matumbo.
Wadogo wana madhila lakini watafanyaje -
Kama makosa chakula, twambieni huliwaje?
Huliwa kwa kupendeza au la kwa gagamizi,
Na watu wasioweza kubwa ila la upuzi?

KOSA DOGO

JAMBO moja katika mambo yasiyo na maana ni kutangaza habari ya kosa la mtu mdogo kwa sababu tendo lake ni kama tendo la mwendawazimu ambalo wenye akili timamu hawawezi kulipatiliza. Walakini, habari za kosa la mtu mkubwa ni wajibu kabisa kutangazwa katika ulimwengu kwa maandiko ya herufi kubwa na kwa wino safi. Mtu mdogo hana nafasi katika dunia hii ya kutenda jambo kubwa. Kwa hivi, kutangaza kosa lake ni uchimvi, yaani, si vema, ikiwa makosa makubwa yamo katika dunia. Uharabu wa dunia huja kwa sababu ya makosa ya watu wakubwa, lakini makosa hayo hufichwa kwa uangalifu mkubwa. Ni kinyume kikubwa kilichoje kwa walimwengu kutukuza wahalifu wakubwa na kuaibisha watu maskini!

Raha ya dunia ni miliki ya watu wakubwa; watu wadogo hutendewa mambo mazito. Kwa sababu hii mtu akiyalinganisha mambo ya dunia huyaona maisha kuwa maovu. Mwenendo wa dunia hii na mambo yake mengine yakifananishwa huonekana kuwa matatizo matupu kwa watu. Walimwengu hudharau maji mengi yawezayo kudhuru, wakalaumu kwa nguvu watu maskini wasioweza kutenda neno lolote. Watu wadogo wanaishi katika unyonge, lakini hawana la kutenda. Kama makosa ni chakula, basi, na tuambiwe kinavyoliwa. Huliwa kwa sababu kinapendeza watu au kwa sababu ni adhabu kwa wale wasioweza kutenda jambo lenye maana?

SUMU

KILA kitu kina sumu, sufu huliwa na nondo,
Chuma ingawa kigumu, kutu hula bila shindo,
Fahamu huwa timamu, na mara haina mwendo
Mara huwa na wazimu, na legevu kwa matendo,
Na sumu kwa mwanadamu ni kijicho na mfundo.
Mfundo ni madhulumu, kijicho kina uvundo,

Kuliko kitu haramu, kwa dhana au kwa tendo,
Mtu kula hana hamu, hata kama ni uhondo.
Kutakasika vigumu, kila moyo wenye fundo,
Kwa maji yaliyo tamu au chumvi ya mikondo.

SUMU

KILA kitu kina madhara fulani kwa kitu kingine. Nondo ni mharabu wa sufu, yaani vitambaa au nguo za manyoya, kutu hula chuma kilicho kigumu bila shida yoyote; akili huwa kamili na mara huwa si nzima, ghafula huwa wazimu na legevu kwa kujiendesha; kadhalika, sumu ya mtu ni kijicho na chuki. Chuki ina madhara na kijicho kina aibu kubwa kuliko kitu chochote ambacho si halali kwa fikira au kwa tendo la kushawishi mtu kula kitu hicho hata kama kina ladha nyingi kinywani. Moyo wo wote wenye chuki hauwezi kutakasika kwa maji matamu wala kwa maji ya bahari kuu - hauna nasaha duniani.

WASIFU

MAANDISHI ya wasifu, mazuri kama dhahabu,
Mtu hana takalifu, ya dhambi wala thawabu,
Asipoweza kusifu, hasemwi kwamba harabu,
Na pindi akisharifu, si bure ana sababu.

Kazi rahisi wasifu, kutunga na kuratibu,
Kama kuunga mkufu, kwa viungo kuhesabu,
Hauna shida wasifu, wala mambo ya ajabu,
Unapendeza wasifu, mwandishi hajinasibu.

Mwandishi wa tawasifu, ana wingi wa taabu,
Mwenyewe hujikashifu, kikariri cha aibu,
Na neno jema na chafu, na adui na sahibu,
Na malimwengu dhaifu, manza ama masaibu.

Mtu woga humkifu, wa kufanywa ni kidhabu,
Ajae moyoni hofu, kwa shaka ya kuharibu,
Fursa ya kujisifu, hana wala hajaribu,
Mwandishi wa tawasifu, hana kazi mahabubu.

KAZI ya kuandika habari za maisha ya mtu mwingine nzuri sana. Mtu hana haja ya kujisumbua juu ya mema wala maovu. Kama hana jambo la kusifu katika kazi yake halaumiwi na watu kuwa mharibifu, na endapo akapata kitu kistahilicho kutukuzwa katika kazi hiyo huonekana na dunia nzima kuwa ana sababu njema, au kisa cha haki. Kuandika habari za maisha ya mtu si kazi ngumu sana, ni kama kuunga viungo vya mkufu wa matendo yaliyotendwa, au matukio yaliyotukia kwa kuyasimulia kwa taratibu nzuri. Wasifu hauna matata wala mambo mageni; wa aidha, unapendeza kwa sababu mwandishi hazungumzi habari za maisha yake mwenyewe.

Walakini, mwandishi wa habari za maisha yake mwenyewe ana jumla kubwa sana ya mashaka. Hujiaibisha yeye mwenyewe kwa kurudia kusema tena na tena matendo yake ya aibu kwa uchungu; kuhesabu heri nat shari, na rafiki na adui; na mambo mengine kadha wa kadhayaliyo maovu, au matukio ya daawa na misiba. Mwandishi huyo hushikwa na woga wa kutosha kwa kuchelea kudhaniwa kuwa mzandiki - mwongo. Fadhaa ya hofu hujaa tele katika moyo wake kwa sababu ya kulemewa vibaya na shaka ya kuharibu kazi yake. Hana nafasi ya kusifu matendo yake mwenyewe katika dunia, wala hawezi kujaribu kufanya hivyo. Kazi ya mwandishi wa tawasifu haipendezi.

JINA

MTU wa fikira njema, kwa watu huacha jina,
Na watu wajao nyuma, wakapenda kuliona,
Katika dunia nzima, likawa kubwa hazina.

Na akili si kusema, lakini ni kufikiri,
Kwa kujua jambo jema, lisilokuwa na shari;
Mvuka nguo chutama, wendapo wajiadhiri.

Na busara ni kutenda, tendo ambalo ni jema,
Viumbe wakalipenda, ukapata na heshima,
Maisha daima yenda, utaacha nini nyuma?

Ni roho yenye hekima, usambe ni santuri,
Ambayo huweza sema, maneno kwa kukariri,
Hali haina uzima, fahamu na tafakuri.

Kama akili kunena, tungeshindwa na vinanda,
Vya sauti nzuri sana, visivyoweza kutenda,
Matendo yenye maana, ambayo mtu hutenda.

Fikira ni fani bora, katika fani za watu,
Weledi wenye busara, na maarifa ya witu,
Wanafahamu kwa sura, ulimwengu wote wetu.

JINA

MWANADAMU mwenye fikira njema huacha fahari au sifa kwa watu ambayo vizazi vya nyuma yake hupenda kuiona, na ambayo itakuwa kama hazina kubwa kwa watu wote katika dunia. Kadhalika, akili si maneno matupu, lakini ni tafakuri ya fahamu ya jambo ambalo halina matata. Mtu avukae nguo asipochutama chini hujitukanisha mwenyewe kwa kwenda uchi mbele ya watu. Wa aidha, busara ni tendo la jambo lenye wema na mapenzi kwa walimwengu, na ambalo litakuletea heshima. Maisha yanakwisha kila siku. Utaacha jina gani nyuma yako kwa ajili ya vizazivingine?

Roho ndiyo yenye miliki ya hekima. Santuri ni kikariri cha maneno tu. Haina uzima, fahamu wala fikira yoyote. Kama akili ingekuwa ni maneno matupu, vinanda vya maghani mazuri, ingawa haviwezi kutenda matendo yoyote ya maana kama yale yatendwayo na mwanadamu, vingetushinda kabisa. Fikira ni majazi bora katika majazi ya watu, na wale walio watambuzi na wenye busara, pamoja na maarifaya vitu hufahamu sana mambo yetu yote ya ulimwengu kwa sura zake.

VIVULI

WENYE kucha na magando, na sumu ya kuulia,
Wamo katika mkondo, na tufani ya tabia,
Na ghasia ya matendo, uhalifu na hatia.
Hapana chembe upendo, kwa uaili na ria,
Pamebakia uvundo, kila pembe ya dunia.

Si wa tendo wala mwendo, kila mmoja alia,
Na kila saa mshindo, wa tisho unazidia.
Kwa uovu wa mwenendo, vivuli vinatishia,
Hapana mla mawindo, kila pori lakimbia;
Hata zamani za kondo, haya hayakutukia,
Simba na ndovu na nondo, woga umewaingia!

VIVULI

WENYE kucha na wenye mikono kama koleo na sumu mbaya wametumbukia katika fadhaa na dhoruba ya mazoea mabaya, mchafuko wa matendo, uhalifu na hatia. Ukufi wa mapenzi haupatikani kwa malawama na mapendeleo yasiyo haki. Uchafu ndiyo uliobakia sasa katika pembe zote za ulimwengu. Kila mmoja alia kwa ukosefu wa rai ya tendo na mwendo; na kila wakati mshindo wa tisho unazidi kukua. Vivuli vinatisha kwa sababu ya namna mbaya ya kuchukuana au kuendeshana. Wawinda hawana mawindo ya kula kwa sababu mapori yote hayana utuvu - amani. Mambo kama haya hayakupata kutokea hata katika nyakati za vita. Simba na tembo na tuwanyika wameingiwaje na woga!

HESHIMA

KAMA heshima ni kosa, mtu kuitaradhia,
Bora nife hivi sasa, nitengane na dunia,
Ama niwe nayo hisa, katika kuheshimiwa.
Hayapendezi maisha, kwa mtu bila heshima,
Kipi cha kufurahisha, katika dunia nzima,
Kuliko kujipandisha, cheoni na kusimama?
Jambo lenye kuchukiza, mtu ni kukosa cheo,
Kufanywa kuwa mwapuza, hauridhi wake moyo;
Heshima inapendeza, kila mtu kuwa nayo.
Heshima jambo azizi, kwa mume na mwanamke,
Umpaye hukuenzi, katika maisha yake,
Kukusahau hawezi, kwa wazo na tendo lake.

HESHIMA

KAMA kuhitaji heshima ni uhalifu kwa mtu afadhali nifilie mbali sasa hivi kuliko kuishi katika dunia hii, au nipate fungu langu la heshima vile vile. Maisha ya mtu hayapendezi kama hayana heshima. Kitu gani kingine cha kufurahisha mtu katika dunia hii zaidi ya kutukuzwa kwa cheo? Jambo la kuchukiza mtu ni kukosa cheo, na wala moyo wake hauwezi kuwa radhi akifanywa kuwa mpuzi. Kila mtu apenda kuwa na heshima. Ni jambo lililo azizi sana kwa mwanamume na mwanamke. Mtu umpaye heshima atakutukuza sana katika maisha yake. Hawezi kukusahau katika moyo wala fadhili yake.

NGUVU NA ENZI

WAJINGA hutaka nguvu, hata miliki ya enzi,
Vitu vyenye maumivu, kwao na maangamizi.
Nguvu na enzi ni povu, kwa walio wamaizi,
Hupendwa na washupavu, walegevu wa ujuzi.
Vyote viwili ni wavu, wajinga hawamaizi,
Hutafuta washupavu, vipage mwisho wahizi.
Lakini watu werevu, mahiri na watambuzi,
Kutaka hivi wavivu, bali hutaka mapenzi.

Kwa watu wa maarifa, na busara na fahamu,
Nguvu si kitu cha sifa, na enzi ina wazimu.
Kwa wasio na kifafa, wenye akili timamu,
Hivi haviwi ni dhifa, huviona kama sumu.
Ni mambo yenye maafa, kila namna magumu,
Matunda yake kashifa, hapana lililo tamu.
Vitu hivi vina nyufa, zishindazo wanadamu,
Katika kila taifa, kwa rai na kwa elimu.

NGUVU NA ENZI

HAJA ya watu wajinga ni kuwa na nguvu pamoja na enzi katika mikono yao ingawa vitu hivi ni madhara na maanguko yao wenyewe. Nguvu na enzi si vitu vya maana kwa watu wenye fahamu. Wapenzi wa nguvu na enzi ni watu walio wakaidi na wapungufu wa akili kwa sababu hawaelewi kuwa vitu vyote viwili ni mitego ya kuwanasa makusudi wapate kuingia katika aibu mwishoni. Walakini, watu werevu, hodari na wenye fahamu hawana pupa au haraka ya kutaka vitu kama hivi, isipokuwa hustahabu kuwa na mapenzi.

Nguvu ni kitu cha sifa chache, na enzi ni sawa na kichaa kwa watu walio na maarifa, hekima na utambuzi. Kwa maneno mengine, nguvu na enzi si karamu ya kula ila huonekana kama sumu kwa watu ambao akili zao ni nzima na ambao hawana mazoea ya hamaki. Kila namna ya misiba mizito hutokana na mambo haya kwa sababu hayana matunda matamu ila uchungu wa aibu. Na zaidi yake, vitu hivi vina ubovu ambao hushinda wanadamu katika mataifa yote kuutengeneza kwa rai na elimu zao zote. Ubovu wake hautengenezeki.

KILA MTU

MAMBO makubwa kuweza, kuyatenda kila mtu,
Moyoni mwangu nawaza, kuwa si rahisi katu,
Lakini mambo madogo, mtu ye yote huweza,
Kwa njia bora si ndogo, kujaribu kufanyiza.
Hawalingani kwa kimo, watu wala kwa busara,
Wa umbo moja hawamo, duniani wala sura,
Hata watu wa taifa, lo lote hawalingani,
Wala hiyo si kashifa, ni hekima ya Manani.

KILA MTU

KATIKA moyo wangu nafikiri kwamba si yamkini hata kidogo kuwa kila mtu huweza kutenda mambo muhimu yakatendeka vizuri. Walakini, mtu ye yote huweza kujaribu kutenda mambo yaliyo sahali au madogo kwa njia ya kutendeka vema. Kwa desturi, watu hawana usawa wa kimo wala mlingano wa hekima.

Watu wa umbo la namna moja na wa sura moja ni shida sana kupatikana katika dunia. Hata watu wa taifa moja huwa mbalimbali, na hitilafu zao zote si aibu kwao ila ni onyesho la busara ya Mungu, Mfadhili wa viumbe.

MJINGA

MJINGA kwake zabibu, haramu na sumu kali,
Mjinga mtasababu, kwa feli na kwa kauli,
Mjinga mtu harabu, na dhalimu wa halali,
Mjinga hana hesabu, pungufu kwake kamili,
Mjinga mtu kidhabu, nyama hana fadhili,
Mjinga ana ajabu, hushika lile na hili,
Mjinga si aghalabu, dhambi zake kubadili.

Mjinga hana aibu, kushuka uso muhali,
Mjinga mtu wa ta'bu, mzito mno kuhimili,
Mjinga hujiadhibu, kila mjinga jahili,
Mjinga mtu wa gubu, na matata mbalimbali,
Mjinga wa matulubu, saburi yake kalili,
Mjinga lenye thawabu, kuwa nalo hakubali,
Mjinga heri kutubu, kwa toba japo sahali.

Mjinga penye dhahabu, huharibika akili,
Mjinga twamhesabu, kwamba si mtu dahili,
Mjinga wa taratibu, ni mjinga kila hali,
Mjinga wa majaribu, huwa mjinga wa feli,
Mjinga wa kurekebu, farasi wake kivuli,
Mjinga wa kuratibu, si mweledi wa amali,
Mjinga mwenye nasibu, ana kitu kama mali.

MJINGA

HARAMU na sumu mbaya ni sawasawa na zabibu kwa mtu aliye mjinga: kadhalika mtu huyo ni mwepesi sana wa kudhuriwa na matendo na maneno kwa sababu ni mharibifu na dhalimu wa mambo ya sheria. Hana hesabu nzuri, upungufu huwa ukamilifu kwake yeye; mtu mwenyewe ni mwongo, kisha ana mfano mmoja na mnyama kwa uchache wa fadhili. Hustaajabisha watu jinsi katika wakati mmoja atakavyo kushika mambo kadha yaliyo mbalimbali; na kwa desturi, hana mazoea ya kujirudi wala kubadili maovu yake.

Fedheha si kitu kilicho katika miliki ya mtu mpumbavu, wala uso wake hauna haya, yaani hatahayari; mtu kama huyo ana mashaka yaliyo makubwa sana kwa kuvumilika. Kwa uayari au ushupavu wake wa mazoea hujisumbua yeye mwenyewe; hupenda ugomvi au udhia wa namna kadha wa kadha. Katika kutaka kitu au haja yoyote, huonyesha katika tabia yake uchache ulio wazi wa saburi; haridhiki na miliki ya kitu au jambo lolote jema. Ingekuwa afadhali kwake kama angetubia japo kwa toba kidogo.

Akili ya mjinga hushikwa na mchafuko ikavurugika sana katika mambo ya fedha. Kwa hivi, twamhesabu kuwa si mtu mahiri au mwerevu. Mtu ambaye si mwelewa wa desturi zozote ni mjinga kweli kweli; kadhalika mtu ambaye hajui kujaribu kitu ni mjinga katika matendo; isitoshe basi, farasi huwa hafai kitu kwa mjinga wa kumpanda. Aidha, mtu ambaye ni mpumbavu wa matengenezo hawezi kufahamu jinsi ya kufanya kazi yoyote. Walakini, mjinga mwenye bahati ana kitu kilicho kama mali katika miliki yake

....

FUMBO

UWAPI ujana wangu, na madhubuti ya nia?
Nipo hapa peke yangu, ujana umepotea,
Umenacha na machungu, mambo niliyozoea,
Kuwa kwa uwezo wangu, leo hayawezi kuwa;
Afya ya ujana wangu, nayo imeshika njia,
Siku za ujana wangu, nazo sizioni pia,
Nadhani sasa si yangu, tazama hii dunia!

Uwapi ujana wangu, ubingwa na mazoea?
Ndugu na jamaa zangu, na watu niliojua,
Wamehama ulimwengu, ni pweke nimebakia;
Nguvu wanazo wenzangu, sasa wanazitumia,
Nikishikacho si changu, ajabu kuu dunia,
Hutia kizunguzungu, wakati wa kuchungua,
Kama hukumbuki Mungu, kufuruni utakuwa.

Uwapi ujana wangu, na maringo ya tabia?
Hamna kinywani mwangu, jino lililobakia,

Na laini gumu kwangu, sina cha kutafunia,
Kitamu sasa kichungu, hata kama ni halua;
Kama nimefungwa pingu, sina la kufurahia,
Katika maisha yangu, nimebaki na fadhaa,
Kama fumbo ulimwengu, na watu wauzuliwa.

FUMBO

UJANA na uthabiti wangu wa moyo viko wapi? Nimebakia peke yangu katika dunia hii na ujana umenipotea ukiniacha na machungu, kwa sababu mambo ambayo nilizoea kuyafanya kwa nguvu zangu yamekuwa hayafanyiki tena siku hizi. Afya yangu ya ujana imekwenda zake, na siku zangu za zamani zimetoweka vilevile. Sina nadhari ya namna iwayo yote sasa, tazama jinsi dunia hii ilivyo!

Ujana na ubingwa na mazoea yangu viko wapi? Ndugu na jamaa na watu wengine niiiowafahamu wametoka katika ulimwengu wakiniacha mimi peke yangu. Nimekuwa sina nguvu tena, wanazo watu wengine wanazitumia sasa; na kila kitu nikipelekeacho mkono wangu huwa si changu. Dunia ni mwujiza mkubwa sana, nayo hutatiza watu wakati wa kuchnguza namna yake. Waweza kuingia kufuruni kama humkumbuki Mwenyezi Mungu.

Ujana na majivuno yangu ya silika au tabia viko wapi? Katika kinywa sina jino hata moja lililobakia, na kitu cho chote laini kimekuwa kigumu kwangu kwa sababu sina meno ya kutafunia. Kitu kilichokuwa na ladha kwangu zamani kimekuwa kichungu sana hata kama ni halua. Najiona kama kwamba nimefungwa kwa pingu; hapana neno la kunifurahisha. Maisha yangu yaliyobakiyana fadhaa. Ulimwengu huu ni kama fumbo, na watu waliomo ndani yake wanazuzuka.

WOGA

NINA asili ya woga, hadithi yasimulia,
Mwenye siwa atapiga, ilie katika hewa,
Masikio mkitega, mtasikia hekaya,
Woga ni maji naoga, ghadhabu ikinijia.

Nina asili ya woga, tumeachiwa wasia,
Wazee wametukaga, kago jema kutumia,
Hakuna tanga kwa mwoga, wasia umesalia,
Woga ni maji naoga, ghadhabu ikinijia.

Nina asili ya woga, woga kwangu mazoea,
Woga umekuwa shoga, mimi nao twatembea,
Woga sipendi kuaga, marafiki tumekuwa,
Woga ni maji naoga, ghadhabu ikinijia.

Nina asili ya woga, maneno nayarudia,
Nimevunjika mabega, kwa woga kuuchukua,
Bali ukinikoroga, huwa pombe ya kulewa,
Woga ni maji naoga, ghadhabu ikinijia.

Nina asili ya woga, na kimya ninapokaa,
Huweza kunikanyaga, mtu ama kunikwaa,
Bali yashinda kuroga, sumu yangu inaua,
Woga ni maji naoga, ghadhabu ikinijia.

Nina asili ya woga, shari ninaichelea,
Nadhaniwa ni mzoga, ama mjinga ajaa,
Bali ukinivuruga, huganda nikalemea,
Woga ni maji naoga, ghadhabu ikinijia.

Nina asili ya woga, ghasia naziambaa,
Mimi sianzi kupiga, napenda kujizuia,
Lakini huyugayuga, mbele yangu wadaawa,
Woga ni maji naoga, ghadhabu ikinijia.

Nina asili ya woga, moyoni imenijaa,
Ulimwengu zigizaga, hata kwa wanaojua,
Bali naweza kubuga, hata nikapata njia,
Woga ni maji naoga, ghadhabu ikinijia.

Nina asili ya woga, ndipo nikanyenyekea,
Unyenyekevu kiaga, kuwapa watu atia,
Bali nifungapo njuga, watesi hugaagaa,
Woga ni maji naoga, ghadhabu ikinijia.

Nina asili ya woga, mwingi umenitopea,
Watu wengine waiga, woga wangu wa uzawa,
Bali naweza buruga, pakawa kizaazaa,
Woga ni maji naoga, ghadhabu ikinijia.

Nina asili ya woga, kupia nalimatia,
Woga wangu wanikaga, kama fingo la hatia,
Bali siku ya kuchaga, kila mtu hushangaa,
Woga ni maji naoga, ghadhabu ikinijia.

Nina asili wa woga, kuhema sina satua,
Hasira yangu nafuga, sipendi kuichezea,
Na watu wanapotega, sitegi ninanasua,
Woga ni maji naoga, ghadhabu ikinijia.

Nina asili ya woga, milele ninachagua,
Mteuzi kama mbega, sivili visivyoliwa,
Lakini katika uga, sishiki nikaachia,
Woga ni maji naoga, ghadhabu ikinijia.

Nina asili ya woga, siwezi kujishaua,
Ulimwengu wetu mbuga, kila hatari hukaa,
Una meno ya kumega, na kucha za kurarua,
Woga ni maji naoga, ghadhabu ikinijia.

Nina asili ya woga, ina mashaka dunia,
Watu wengine humwaga, mimi simwagi nazoa,
Na baadhi wanasaga, sisagi ninasagua,
Woga ni maji naoga, ghadhabu ikinijia.

Nina asili ya woga, amani napendelea,
Una vijaa wasaga, ulimwengu nakwambia,
Una nyundo zatitiga, na watu hukamuliwa,
Woga ni maji naoga, ghadhabu ikinijia.

Nina asili ya woga, woga wangu wa tabia,
Nikenda nalegalega, sina nguvu napepea,
Bali sarara na kiga, mawindoni nachukua;
Woga ni maji naoga, ghadhabu ikinijia.

WOGA

HADITHI hii yasimulia habari za mtu mwoga kwa baragumu. Mkisikiliza mtasikia kisa hiki hewani pamoja na wasia wake mwema usemao kwamba kwa mwoga hakwendi matanga - msiba.

Woga nilio nao mimi ni wa mazoea, tena umekuwa sahibu yangu wa kutembea pamoja, sipendi kutengana nao woga huu kwa sababu ni rafiki yangu mkubwa. Mabega yangu yamevunjika kwa kuchukua mzigo wa woga, lakini ukinichokoza naweza kuwa kileo kikali sana. Nina desturi ya kuishi maisha ya kimya. Mtu huweza kunikanyaga au kunikwaa, lakini nina sumu ishindayo uchawi kwa kuua. Kwa sababu sipendi ugomvi nadhaniwa kuwa mfu au maiti, au mpumbavu wa ajabu; walakini ukiniudhi naweza kushikamana pamoja nikawa mzito. Naepukana na matata, kisha sianzi kushambulia; napenda kuzuia mkono wangu, lakini maadui wangu huseseteka mbele yangu nikawa katika utesi.

Woga umenijaa kutoka moyo kwa sababu ulimwengu una matata makubwa hata kwa watu walio wataalamu, waila naweza kufanya matafiti ya kitu, au kukitafuta kitu, mpaka nikapata njia yake.

Nawaheshimu watu kwa maana heshima ni kitu cha wajibu kwa watu, walakini nikikasirika madaawa wangu huanguka chini. Baadhi ya watu wana woga wa kuigiza tu. Woga wangu mimi nimezaliwa nao, lakini naweza kuchafua mambo pakawa na machafuko makubwa. Nachelewa kupiga mtu kwa sababu woga wangu ni kinga ya kunikinga katika hatia, lakini siku ya kuchachawa kila mtu hustajabu akiniona nilivyo. Sina nafasi ya kuhema kwa woga; kwa hivi sipendi kucheza nafasi ya kuhema kwa woga. Kwa hivi sipendi kucheza na hasira yangu; kisha napenda sana kunasua kuliko kuteka kama watu wengine. Woga umenizoea kuchagua mambo kama mbega afanyavyo katika maisha yake. Sili vitu visivyoliwa. Walakini, siponyokwi na kitu chochote katika hadhara.

Siwezi kufanya majivuno kwa sababu ya woga. Dunia yetu hufanana na nyika yenye maskani ya namna nyingi za hatari. Ina meno ya kutafunia na kucha za kupasulia. Ni mahali penye taabu. Baadhi ya watu katika dunia wana desturi ya kufuja na kutupa. Mimi sina desturi hiyo, ila nakusanya pamoja yaliyofujwa na yaliyotupwa. Wengine wana mazoea ya kuponda au kuharibu. Mimi sipondi kitu. Nafanya mzaha tu kwa sababu ni mtu mwoga. Nastahabu amani kwa sababu ya woga wangu; dunia ina vijaa vinavyosaga, nyundo zinazoponda na watu wanaodhulumiwa. Woga nimeutabii hata nikenda njiani naonekana mlegevu na mtepetevu, lakini sikosi nyama teule nikiwa kadka mawindo.

JIHADI

JIHADI ya mtu kuu ni kushinda moyo wake,
Ndilo jambo la nafuu katika maisha yake.

MUADHAMA RICHARD TURNBULL

TURNBULL Muadhama, mtukuzwa na Ghafuri,
Ina furaha kauma, kukupokea Amiri -
Amiri mwenye heshima, cheo na umashuhuri,
Mungu akupe uzima, na uwezo na saburi.

Akubariki Karima, kwa afya na kunawiri,
Utakalo lije hima, haja yako isisiri,
Uje mwanzo na hatima, mfululizo wa heri,
Mungu akupe uzima, na uwezo na saburi.

Kila namna kauma, chini yako ya amri,
Wasikiliza kalima, kutoka kwako Amiri,
Hapana mwenye tuhuma, wala mtu kughairi,
Mungu akupe uzima, na uwezo na saburi.

Kwa baraka ya hekima, twaomba wetu Amiri,
Ufuatwe na neema, kwa auni ya Jabari,
Na upendalo kusema, wa kulitii tayari,
Mungu akupe uzima, na uwezo na saburi.

Nchi yetu Muadhama, kama kito cha johari,
Keti tukupe ujima, na msaada Amiri,
Wendapo tutaandama, utakalo litajiri,
Mungu akupe uzima, na uwezo na saburi.

Keti wetu Muadhama, na Amiri mashuhuri,
Tutayari kusimama, na kutenda tutayari,
Na kila lililo jema, utapata kwa Kahari,
Mungu akupe uzima, na uwezo na saburi.

Muadhama kaditama, shairi lina aheri,
Nami si mtu wa kima, raia wako fakiri,
Nina mwisho wa kusema, fursa na tafakuri,
Mungu akupe uzima, na uwezo na saburi.

FITINA

FITINA na udhalimu, ni vitu vibaya mno,
Hata kuliko haramu, na shari na mauano.

HOJA

KATIKA vilivyo bora, hoja ni kitu kimoja,
Hoja kitu cha ibura, kwa hoja elimu huja,
Na ni silaha imara, katika kweli na haja.

MKE

DUNIA kitu jamali, na vilivyo ndani yake,
Ila mke wa adili, hana mshabaha wake,
Wala mwenzake wa pili, ni upeo peke yake.

JIBU LIMEFUTU

RAFIKI Makwayason, uliyosema muala,
Kila mjua hisani, hatendi neno la ila;
Ana heri duniani, atukuzwaye na Allah,
Jibu limefutu swali, mtu kutii kanuni.

Mambo yake duniani, husaidiwa na Mola,
Nawe umenipa deni, kushukuru ndiyo mila;
Wajibu katika dini, mataifa na kabila,
Jibu limefutu swali, mtu kutii kanuni.

Kama ningekuwa nyuni, ungeniona ghafula,
Nimewasili mjini, Morogoro tasihila;
Nikakupa shukrani,ya wema na ya fadhila
Jibu limefutu swali, mtu kutii kanuni.

Nina furaha moyoni,furaha kila mahala
Imewasili mjini, Morogoro tasihila
Nikakupa shukrani, ya wema na fadhira
Jibu limefutu swali, mtu kutii kanuni.

Nimependezwa yakini, umesema jambo tula,
La maana na kifani, kama sala na mswala;
Lina mfano na shani, kama upanga na ala,
Jibu limefutu swali, mtu kutii kanuni.

Linachukua mizani, kama bidhaa na ghala,
Linawamba akilini, kama kigwe na baghala;
Mwenezi hatuhini, hutupa kila muhula,
Jibu limefutu swali, mtu kutii kanuni.

Kila asi wa kanuni, ni mjinga wa kulala,
Wa kulala duniani, mahali penye madhila;
Penye hasara na zani, na mauti ya ghafula,
Jibu limefutu swali, mtu kutii kanuni.

Ujapo Tanga mjini, niarifu halahala,
Ili nilete nyumbani, kila namna chakula;
Nialike na wandani, maarufu Abdallah,
Jibu Iimefutu swali, mtu kutii kanuni.

Vitu nitaleta ndani, kila halali kwa kula,
Na stadi wa maghani, weledi na kila ala;
Wakulaki hadharani, kwa heshima na jamala,
Jibu limefutu swali, mtu kutii kanuni.

Kila aliyenihuni, kwa ria ama kwa hila,
Ninaomba kwa Manani, aneemeke inshallaha;
Mtunzi ni Shabaan,akatabahu makala
Jibu limefutu swali, mtu kutii kanuni.

NDOA NI KANUNI

AHSANTE jamala, kwa Mukiya Magomeni,
Nauliza mfadhila, ni kitu gani ubuni,
Ni kitu kama chakula, au nguo ya mwilini?
Naweza kukata rasi, mkia ni kitu gani!

Kisha fanya tasihila, kueleza majununi,
Ni mtu ama kabila, kufahamu natamani,
Ndipo nijibu makala, yako yasiyo misani,
Naweza kukata rasi, mkia ni kitu gani!

Na tena nambie tula, ya utwana kubaini,
Si lawama na madhila, nikenda mahakamani!
Sema maneno muala, na adabu na maoni,
Naweza kukata rasi, mkia ni kitu gani!

Nakata watu waola, siwakati mafichoni,
Nakata sina muhula, wembe wangu wembe mboni,
Hukata bila simila, wala machungu huoni,
Naweza kukata rasi, mkia ni kitu gani!

Ujinga kitu cha ila, nambie mahali gani,
Nimemwambia ghafula, watu kwa nguvu oeni,
Mbona unavunja mila, matusi yajia nini?
Naweza kuukata rasi, mkia ni kitu gani!

Hukusema lenye ala, hujui wasema nini,
Kama kwamba umelala, waota usingizini!
Nakusa halahala, utakuwa fedhehani,
Naweza kukata rasi, mkia ni kitu gani!

Ndoa rutuba ya Allah, kuoa ubaya gani?
Ndoa hukuza mahala, mmoja huwa theneni;
Kuoa si mghafala, kuoa kwetu kanuni,
Naweza kukata rasi, mkia ni kitu gani!

Uliza kila mahala, Shaaban mtu gani,
Uliza hata kwa Palla, kisha uje utamboni;
Utazame utalala, ama utafanya nini?
Naweza kukata rasi, mkia ni kitu gani!

MAONYO

NAWAMBIA leo feli, siri kubwa marafiki,
Mtu mchelea kweli, hawezi kutenda haki;
Wala lililo halali, ni kweli siwadhihaki,
Mtu huyo ni jahili, vingine hamithiliki.

Mtu huyo ni jahili, si mwema haaminiki,
Japo kuwa na akili, -na fahari na miliki;
Japo akiwa na mali, mzawa kinda kindaki,
Mtu huyo ni jahili, vingine hamithiliki.

Hamithiliki kwa hali, si mtu wa kuafiki,
Hafai hutengwa mbali, hafai kwa urafiki;
Hudhuru bila ya swali, simpendi mzandiki,
Mtu huyo ni jahili, vingine hamithiliki.

Si mtu ovu hajali, si mtu si maburuki,
Si mtu hana muhali, si mtu hafadhiliki;
Si mtu mwenye zohali, si mtu wa kusadiki,
Mtu huyo ni jahili vingine hamithiliki.

Si mtu wa kukauli, si mtu haheshimiki,
Si mtu heri bahili, si mtu hahimiliki;
Si mtu hana adili, si mtu haadabiki,
Mtu huyo ni jahili, vingine hamithiliki.

Si mtu kwake Jalali, si mtu kwa halaiki,
Si mtu mzia kweli, si mtu hakadiriki;
Si mtu chake sikili, si mtu kwake sifiki,
Mtu huyo ni jahili, vingine hamithiliki.

Si mtu hana amali, si mtu hana mithaki,
Si mtu ana kejeli, si mtu mwingi wa chuki;
Si mtu hana shughuli, si mtu hashughuliki,
Mtu huyo ni jahili, vingine hamithiliki.

Si mtu wa taamuli, si mtu hakubaliki,
Si mtu ila kivuli, si mtu hachukuliki;
Si mtu japo husali, kipindi hakimtoki,
Mtu huyo ni jahili, vingine hamithiliki.

Si mtu kwa jambo hili, si mtu haki hataki,
Si mtu mtu mwenye batili, si mtu hashabihiki;
Si mtu hana fadhili, si mtu hafedheheki,
Mtu huyo ni jahili, vingine hamithiliki.

Si mtu huweza dhili, si mtu hazuiliki,
Si mtu hana jamali, si mtu hatakasiki;
Si mtu na bure ghali, si mtu hathaminiki,
Mtu huyo ni jahili, vingine hamithiliki.

Si mtu hawi kamili, si mtu hakamiliki,
Si mtu ana dalili, katika siku ya dhiki;
Si mtu ni wa awali, kukanusha urafiki,
Mtu huyo ni jahili, vingine hamithiliki.

Si mtu hajibadili, si mtu habadiliki,
Si mtu kwa uaili, si mtu hataki haki;
Si mtu wa kumithili, si mtu kikomo hiki,
Mtu huyo ni jahili, vingine hamithiliki.

AMRI ABEDI

HEKO! Amri Abedi, mwenye fadhili na utu,
Heko! akupe Wadudi, faraja na kila kitu;
Heko! ukidhi muradi, usitawi kati yetu,
Ndoa aridhi mlinzi, ndoa aridhie binti.

Heko! mapenzi yazidi, walie wivu wenzetu,
Heko! lako lisirudi, wala lisishike kutu,
Heko! kijana asadi, katika biladi zetu,
Ndoa aridhi mlinzi, ndoa aridhie binti.

Heko! mwenye jitihadi, huwa tegemeo letu,
Heko! halitasaidi, la ujane kuwa kwetu,
Heko! si umaridadi, sisi si wanyama mwitu,
Ndoa aridhi mlinzi, ndoa aridhie binti.

Heko! ndiyo makusudi, kiumbe kutenda utu,
Heko! huwa ni zawadi, nakutuza mwanakwetu,
Heko! hazina idadi, zatoka kwa kila mtu,
Ndoa aridhi mlinzi, ndoa aridhie binti.

Heko! mchezo ni sudi, sudi yenyewe ni yetu,
Heko! chano kimbidi, kuchukuliwa na watu,
Heko! sisemi zaidi, chano hiki cha wenzetu
Ndoa aridhi mlinzi, ndoa aridhie binti.

VIUMBE TWACHOSHA

MUNGU hututawalisha kwa enzi na kwa miliki,
Kwa furaha ya maisha, mapenzi na urafiki,
Kwa fahari ya kutosha, starehe na riziki,
Hutulinda na hukesha, juu yetu haondoki
Haondoki kutwepusha na kila jambo la dhiki,
Bali viumbe twachosha, kushukuru hatutaki.

Shetani katukausha, roho hazirutubiki,
Kwa ghururi hughurisha, Mungu hatumkumbuki,
Si heri kujiepusha, shetani hawi rafiki,
Mwema wake humwangusha, wendaje kumsadiki!
Ni baa huharakisha, katika njia za dhiki
Dhiki za kugharikisha, na jahanamu ya chuki.

SI MJI WA USINGIZI

SHEIKH amenena wazi, maneno yenye upeo,
Elimu mfano ngazi, hufikiwa kwa pandio;
Pandio za umaizi, ni kushika ufunzwayo,
Sheikh aliyobarizi, yamepita masikio.

Tanga ina mapituzi, hupituza mtu moyo,
Hupituza watambuzi, na masogora wajao;
Licha walio wapuzi, juu ya kadiri zao,
Sheikh aliyobarizi, yamepita masikio.

Si mji wa usingizi; kulala si kazi yao,
Hupituza wapotezi, kujua heshima zao;
Sembuse wasomaizi, wajinga katika tao,
Sheikh aliyobarizi, yamepita masikio.

Ni mji wa mapituzi, wajua tumia ngao,
Na wengi umewahizi, ikawa kuenda mbio,
Mbioni washambulizi, hazifai mbinu zao
Sheikh aliyobarizi, yamepita masikio.

Kuwa mtaalamizi, kusema ambayo siyo,
Sheikh kaona gegezi, hakufurahika moyo;
Kakuita mchokozi, kauli kubwa ni hiyo,
Sheikh aliyobarizi, yamepita amsikio.

Na katika wabananzi, wewe una chako cheo,
Bado sijaona mwenzi, wako nchi za Mwambao;
Sheikh hana mtetezi, kwako wala tegemeo,
Sheikh aliyobarizi, yamepita masikio.

Na mimi ni mbukuzi, uliza kwa wajuao,
Mbukuzi wa wapinzi, wapinzi wapindanao;
Hawapindani wagwizi, nisongapo mbele yao,
Sheikh aliyobarizi,yamepita masikio.

Rutuba yetu machozi, uchungu ndiyo tulao,
Ni watu wa mazoezi, mazoezi kama hayo,
Ladha katika mchuzi, pilipili kuwa nayo,
Sheikh aliyobarizi yamepita masikio.

Mfunzeni Mwenyiezi, kuwapa muwapendao,
Wa Dodoma na Mnyuzi, na Rufiji na Mgao,
Mfunzeni machaguzi, Tanga isipate gawo!
Sheikh aliyobarizi, yamepita masikio.

Kumfunza Mwenyiezi, si kazi rahisi hiyo,
Ni jambo hamliwezi, mwasumbuliwa na moyo,
Mioyo haiwatuzi, hamlituzi na joyo,
Sheikh aliyobarizi, yamepita masikio.

Akilimali azizi, washinde wetu ni hao!
Hatibu hawatuwezi, wajapo shika mirao,
Shabaha hawatulizi, mabaya malengo yao,
Sheikh aliyobarizi, yamepita masikio.

Kujibu hawakuwezi, aibu ni nyingi kwao,
Hawajui matumizi, ya heri na yadhuruyo,
Ni watu katika zizi, hufiigwa kila uchao, Sheikh
aliyobarizi, yamepita masikio.

SICHELEI KUFA

MIMI sichelei kufa, kudura yake Manani,
Kufa budi nitakufa, mchana ama jioni,
Hufa visivyo na ufa, sembuse aliye duni!
Nakata shingo nusufa, na mkia kiungoni.

Kama kufa ni maafa, naona bwana huponi,
Kiumbe hana sarifa, mauti yamo milini,
Nikifa hupati mafa, furaha yako ya nini?
Nakata shingo nusufa, na mkia kiungoni.

Ikiwa kufa kashifa, si peke yangu ufuni,
Ikiwa neno la dhifa, sina mfundo moyoni,
Iwapo kufa sharafa, sifi ninangoja nini?
Nakata shingo nusufa, na mkia kiungoni.

Hufa watu wenye sifa, na mafao duniani,
Wapenzi wake Latifa, kama Mitume wa Dini,
Hufa walaji wa mofa, na walao biriani,
Nakata shingo nusufa, na mkia kiungoni.

Kafa Tumwa Mustafa, patabaki kitu gani?
Maneno yako kifafa, hayana fikira ndani,
Si maneno ya wadhifa, mfano wa punguani,
Nakata shingo nusufa, na mkia kiungoni.

Ebu nambie kaifa, nguvu huletwa na nini?
Siyo yangu taarifa, maneno yenu shetani,
Na nyinyi mwataka sifa, nayo haipatikani,
Nakata shingo nusufa, na mkia kiungoni.

Uchache wa maarifa, ama kasoro kichwani,
Ni neno la takilifa, kwa hukumu na maoni;
Ndoa haina hilafa, ni sheria na kanuni,
Nakata shingo nusufa, na mkia kiungoni.

Ndoa kitu ashrafa, utumwa wajia nini?
Ndoa jambo mzofafa, huwaje umajununi!
Ndoa ni lulu nadhifa, nimehuni kitu gani?
Nakata shingo musufa, na mkia kiungoni.

MTU MWOVU

HASIDI ni mtu mwovu, na kisha mtu mbaya,
La heri na la wagivu, jambo likikufikia;
Pilipili na majivu, huwa machoni katiwa,
Hufoka moshi na povu, na usingizi hupaa.

Hasidi ni mpumbavu, hata akiwa mwelewa,
Mtende unyenyekevu, na mle chakula pia,
Moyoni huwaka wivu, kila siku ana ngoa,
Huwaka moto mbivu, si moto wenye kupoa.

Hasidi ni mshupavu, mara moja huchukia,
Kwake huma maonevu, Mungu kukukumbukia,
Ni mtu kama mvivu, na heshima ukipewa,
Hukunadi kwa uovu, hapendi kushangilia.

Hasidi hata mwerevu, kwa ria hubukuliwa,
Daima hutega wavu, na shimo hukuchimbia,
Hachi kutenda utovu, na mchawi sawasawa,
Ni mtu wa mazoevu, ya choyo na ya hadaa.

Hasidi hana utuvu, hatendi lenye murua,
Moyoni ana utomvu, wa madhara na balaa,
Na wala hawi mpevu, hatosheki na dunia,
Huteswa na ulemevu, wa ria na wa tamaa.

Hasidi hulipa mbovu, kwa njema amezoea,
Ajapo kubusu shavu, hana tohara ya nia,
Si mtu wa weleevu, si vema kutegemewa,
Kwake hupati wokovu, rai yenye welekea.

Hasidi hawi mwekevu, mtu wa kuwayawaya,
Hudai kuwa na nguvu, hali ni mtu apwaya,
Cha thamani mpotevu, hutaka bure kupewa,
Hujipa macho makavu, ngawa mjinga ajaa.

Hasidi msuluhivu, kama panya hupuzia,
Usiwe na maumivu, na kisha hugugumyua,
Iwapo ni mlegevu, yeye na nyoka wasawa,
Katika kutenda ovu, hata jambo la kuua.

Hasidi si mkatavu, wa kudhuru na kuzua,
Si mtu mvumilivu, kwa haraka na fadhaa,
Moyoni hana uchovu, wa shari na maasia,
Awakwapo na uovu, hashikiki kwa kichaa.

Hasidi si mnyamavu, hupenda sana udhia,
Si mtu wa utulivu, wala si mtu wa haya,
Hana fedheha mtovu, mchache wa manufaa,
Hutia mwilini kovu, na sifa zetu mawaa.

Ana madhara mtovu, kama mbegu za mimea,
Hayahitaji unyevu, na rutuba na mbolea,
Huota penye ukavu, nyika isiyo na mvua,
Mavumbi au majivu, mwisho wa hii dunia!

Watu hawali uovu, si riziki ya kuliwa,
Hata lini mpotovu, utashika kughumiwa?
Mtu mwenye welekevu, ana cheo joharia,
Hata lini mpumbavu, utapenda kupumbaa?

NENO HILI HALIRUDI

BWANA Bai Mohamedi, maneno yako kifano,
Nipe tena nifaidi, nielewe mabishano,
Ni wapi tumeradidi, ndoa mlazimishano?
Unasema hufanidi, kama hunayo maono.

Kushikiwa hakubidi, utasema matukano,
Vema ni kujitahidi, kuepuka masutano,
Tukisema yatubidi, kuoa si magombano,
Unasema hufanidi, kama hunayo maono.

Tunenapo imebidi, haiwi shurtishano,
Ni wajibu makusudi, wa adili na usono,
Yakubidi kusujudi, mbona huvutwi mkono?
Unasema hufanidi, kama hunayo maono.

Ndoa kitu maujudi, haliondoki hilino,
Ni bora kuliko idi, ndoa ina maungano;
Ndoa inaleta sudi, furaha na tangamano,
Unasema hufanidi, kama hunayo maono.

Hata uketa junudi, kama kuna mapigano,
Neno hili halirudi, halirudi neno nono;
Humpendeza Wadudi, mwelewa wa milingano,
Unasema hufanidi, kama hunayo maono.

Mwisho eleza sayedi ujane vipi mnono?
Sisi tunaufanidi kama kitu cha mkuno;
Ukiwa ni mkaidi utapopotoka kano,
Unasema hufanidi kama hunayo maono.

IKIRARI YA MAPENZI

NASHUKURU Mhariri, majibu yana thawabu,
Athumani mashuhuri, naomba tena jawabu,
Kwa kunipa ikirari, mapenzi kuyanasibu,
Ni mekundu ama zari, kipawa ama nasibu?

Ni baridi ama hari, kweli ama ukidhabu,
Machungu ama sukari, amani ama harubu,
Ghasia au ni shwari, furaha au ghadhabu,
Ni kitu cha kusaburi, au mara kinaghibu?

Nami kuitwa mjinga, sioni kwamba ajabu,
Mimi mjinga naringa, werevu wana taabu,
Hawapati la kutunga, wala la kuliratibu,
Na kila wanalolenga, haliwapi matulubu.

Utunzi na umalenga, ni vitu vya taratibu,
Ndani yake mna kunga, na marudi na adabu,
Hufunza watu kulenga, na kusema na kujibu,
Si kwamba mtu apinga, kitu bila ya sababu.

Baba na mama si wezi, kuwaheshimu wajibu,
La kulipa hatuwezi, tusiwe watu harabu,
Wa kufundisha upuzi, na mambo yenye aibu,
Ni watu bora wazazi, kwetu kuliko dhahabu.

Kwamba wazazi azizi, yamo katika vitabu,
Na radhi zao hirizi, dawa yetu mujarabu;
Adili hamwiti mwizi, mama yake wala abu,
Na mwerevu ni mpenzi, si mtovu wa adabu.

DUNIA NA BAHATI

DUNIA ikisetiri,
Na bahati ikipenda,
Mtu huwa ni jabari,
Japo hafifu huwanda,
Kila namna mimbari,
Ana nia ya kupanda,
Anenalo huwa zuri,
Kama pigo la kinanda.

Dunia ikimkiri,
Na bahati kumlinda,
Alitakalo hujiri,
Hapazuki la kukinda,
Kila kilicho kizuri,
Cha juu huweza tunda,
Cha chini ana hiari,
Kutunza ama kuponda.

Dunia ikisihiri,
Sihiri ya kumpenda,
Bahati ikikithiri,
Kumpa yake matunda,
Mtu huwa na fahari,
Katika mambo kutenda,
Na japo si msafiri,
Jinale mbali huenda.

Bahari isipokiri,
Maisha huwa na inda;
Duni huwa mashuhuri,
Maarufu huwa punda.
Simba mtawala pori,
Huwa mfano wa yonda;

Na jema huwa ni shari,
Pazima huwa kidonda.

Dunia ina susuri,
Kama pia inaranda;
Na bahati husafiri,
Kila siku inakwenda;
Na vyote vina hiari.
Huchagua pa kupenda;
Na pindi vikighairi,
Mtu hana la kutenda.

Lakoma hapa shairi,
Wastadi na wawinda,
Na weledi wa mapori,
Na mvuo za kwenda tanda.
Wepesi wa kujasiri,
Na kuwaza na kutenda,
Wawe na bahati nzri,
Wagawane shinda shinda.

KUPATA

KUPATA kuna kiburi, tazama wanaopata,
Mvivu huwa hodari, butu huweza kata,
Duni huwa mashuhuri, akitimiza kupata.

Katika kila dahari, hizi na zilizopita,
Kwa nguvu au hiari twaongozwa na kupata,
Kupata kitu kizuri ijapo cha kuokota.

Cha kuokota kizuri, kama hakina matata,
Na tuokote johari, na madini ya kumeta,
Na vito vya kunawiri, visivyo doa na tata.

Kupata kitu cha ari, haidhuru mkibwata,
Bwateni mkifikiri, wazoefu wa kupata,
Watakalo halisiri, huja pasipo kusita.

Kupata kuna fahari, hata tembe ukichota,
Tone katika bahari, na kila unapopita,
Na bara katika pori, usiache kutafuta.

Pato ua la suduri, kwa kupata hutakata,
Na mwili ukanawiri, kama mfano wa nyota,
Pato letu kama gari, milele hutukokota.

Kupata si uhodari, japo watu watateta,
Tunapata kwa Kahari, wakati wa kutafuta,
Kila kiumbe kadiri, na wengine wanapita.

Mtimizaji Kahari, kila njia ya kupata,
Makini na tadhibiri, na rai ya kutafuta,
Na upole na saburi, mahali panapofita.

Kama pato tafakuri, wajinga wangaliota,
Ndoto zisizodhihiri, na wala zisizopita,
Bali ndiyo matajiri, na werevu wenda puta.

Kupata tunasubiri, hata kwa kitu fofota,
Kuwa nacho huwa heri, tukazidi kutafuta,
Na mbali tukasafiri, kwa kusudi la kupata.

Na kiwe kitu damiri, afadhali ya kupata,
Wakati una umri, kijana waweza teta,
Siyo katika kaburi, hutafaidi kupata.

Pata bado una hari, na nguvu ya kujivuta,
Pato lisije aheri, ujana umesha tota,
Pato la alfajiri, ni pato la kutakata.

Pata na alfajiri, kupeleka na kuleta,
Usipate alasiri, huna utomvu na nta,
Mwili umetaghayari, huwezi kujikokota.

Kitu kilicho kizuri, watu wanakitafuta,
Nasi twenda hatusiri, maisha tunayapita,
Na kila alfajiri, magharibi inaleta.

Na uwe mtu mahiri, wa fikira kuzivuta,
Wende juu ya mimbari, na joho unakokota,
Hujiona ni fakiri, kama hana cha kupata.

Japo mtu ni hodari, wa mahepe na kusota,
Au ndumba na sihiri, aweza kuzikong'ota,
Hujiona ni fakiri, kama hani cha kupata.

Kupata ndiyo dhamiri, twafurahika kupata,
Tupate japo kadiri, ndogo ya wanaopata,
Huburudika suduri, watu zama za kupata.

Kupata kitu kizuri, mbingu zimepata nyota,
Ni taa za majohari, huwaka bila mafuta,
Tupate japo shubiri, la pima tusipopata.

Kupata kunasetiri, wakati wa kuwa chuta,
Utajiona tajiri, na macho yametameta,
Usahau ufakiri, na mambo yenye matata.

Kupata kunaathiri, mara wivu hufukuta,
Kama mlima wa hari, na moto unatokota,
Watu wasio nadhari, wakawa wafanya vita.

Ingawa pato hatari, mshawasha wa salata,
Watovu wa tahayuri, hugombana wakateta,
Lakini kitu kizuri, ni bora mtu kukipata.

Huko ng'ambo za bahari, wanaopata hunyeta,
Wakashukuru Ghafuri, kwa maana wamepata,
Kwetu hakuna fahari, hata kama tumevota!

Na wenye kutabahari, werevu wa kutafuta,
Wakipata uzi wari, huwa jora ya bafuta,
Au jora ya hariri, kwa sababu ya kupata.

Penye heri pana shari, ni mimea inaota,
Penye shari ipo heri, ukitafuta wapata,
Tunapoteza nadhari, wajinga wa kutafuta.

Kukosa hakuna heri, huwezi kufurukuta,
Mkiwa hana hiari, milele hujikunyata,
Wala hana itibari, hana wa kumfuata.

Baridi hutaka hari, ipate kujikung'uta,
Na wanywaji wa hamri, hulewa hawatasita,
Pasipo pato jibari, si pema mtu kupita.

Nisikutane na shari, ni kitu kinakeketa,
Na tena kina hatari, pigo lake linakata;
Ubaki kutahayari, huna mtaji wa kuta.

Nipate pato la heri, kama mvua kunyonyota,
Na siku ikidhihiri, mauti kunitafuta,
Roho yangu isisiri, kwenda kwa anayenita.

Beti zingalikithiri, kila kisima kuchota,
Cha asali na sukari, na mito inayopita,
Lakini si desturi, beti kuzipetapeta.

Jina langu mashuhuri, Tanga mpaka Tang'ata,
Nifapo watakithiri, kwa kulia nakuguta,
Wanite nisidhihiri, japo sasa waniteta.

Wataka mashairi, fikira nilizoleta,
Kudurusi misteri, mingine imejifuta,
Kilio wakikariri, hawawezi kuniita.

Kaditamati shairi, ni mambo yamenipata,
Nawapa kuyafikiri, namna yanavyopita,
Katika hizi dahari, zendazo kila nukta.

KUONDOANA NJIANI

KAZI zili na ujira, na wingi na visituo,
Na watu kungorangora, kuhimiza watendao,
Sasa hutumwa fikira, vitu vindani ya moyo,
Tutatenda ndivyo, sivyo tuondoane njiani.

Kazi za sasa hasara, kwa jamii wafanyao,
Nyingi kukuru kakara, hazitimizi cha jio,
Hata wauza kangara, hawaoni pato lao,
Tutatenda ndivyo, sivyo tuondoane njiani.

Hulia watu wa bara, kupoteza jasho lao,
Wenye nguvu wadorora, wako wapi wachumao?
Wengi pwani husowera, hawawezi rudi kwao,
Tutatenda ndivyo, sivyo tuondoane njiani.

Na wa pwani wakigura, kuelekea machweo,
Huselea kuzurura, hawapati marejeo,
Hakuna tena tijara, yamebaki masumbuo,
Tutatenda ndivyo, sivyo tuondoane njiani.

Fanya kazi kwa imara, tajiri apate cheo,
Kichwa kiote kipara, macho uvae vioo,
Kuzidishwi mshahara, wala huna fanikio,
Tutatenda ndivyo, sivyo tuondoane njiani.

Ukichelewa ni ghera, tajiri hukwita mbio,
Hukufokea hasira, na mengi masumbulio,
Mnyonge hana harara, pangalishikanwa koo,
Tutatenda ndivyo, sivyo tuondoane njiani.

Huzidishiwi ijara, na kila siku kemeo,
Za kuudhi na kukera, furaha tembe hunayo,
Unyonge una madhara, tupeni pole tunayo,
Tutatenda ndivyo, sivyo tuondoane njiani.

Mwaka ukizinga dira, hupandi huna pandio,
Watu wote wakubera, na hali kazi unayo,
Tazameni masihara, ya kutumwa na wenzio!
Tutatenda ndivyo, sivyo tuondoane njiani.

Kutumiwa kama nyara, mimi furaha sinayo,
Takwenda nayo ahera, machungu niliyo nayo,
Kuna maamuzi bora, ya dhuluma kama hiyo,
Tutatenda ndivyo, sivyo tuondoane njiani.

Matajiri watang'ara, safari hiyo ijayo,
Nikisifu usogora, tabia na mwendo wao,
Leo siwezi kuchora, picha mfano wa hiyo,
Tutatenda ndivyo, sivyo tuondoane njiani

UZEE

UJANA kitu kitamu, tena ni azizi sana,
Maungoni mwangu humu, nilikuwa nao jana,
Kwa wingi katika damu, tahamaki leo sina!
Nasikitika hadum, rafiki yangu ujana.

Kichwa kimejaa mvi, kinywani meno hamna,
Nikenda kama mlevi, miguu nguvu haina,
Kumbe ujana ni hivi, ukenda hauji tena!
Nasikitika hadum, rafiki yangu ujana.

Jua langu limekuchwa, na nyota nilizoona,
Ukinitazama kichwa, nywele nyeusi hakina,
Kama zilizofikichwa, zikang'olewa mashina,
Nasikitika hadum, rafiki yangu ujana.

Natatizika kauli, midomo najitafuna,
Nimekusanya adili, walakini hali sina,
Dunia kitu bahili, hiki una kile huna!
Nasikitika hadum, rafiki yangu ujana.

Nilikuwa ni waridi, furaha ya wasichana,
Neno hawakunirudi, wakati wa kukutana,
Sasa nanuka baridi, wanionapo waguna,
Nasikitika hadum, rafiki yangu ujana.

Waliowakinibusu, walikuwa wengi sana,
Wanawake wenye busu, uzuri na usichana,
Sasa sina hata nusu, ya wanitajao jina,
Nasikitika hadum, rafiki yangu ujana.

Wazuri wenye uturi, na mikono yenye hina,
Kila mtu mashuhuri, alipenda kuniona,
Nilifaa kwa shauri, na sasa suti sina!
Nasikitika hadum, rafiki yangu ujana.

Dunia Bibi Arusi, kwa watu kila namna,
Inapendeza nafsi, wakati wa kuiona,
Na leo sina nafasi, kwa uzee kunibana,
Nasikitika hadum, rafiki yangu ujana.

Kilichokuwa gizani, niliweza kukiona,
Nikakijua thamani, sura yake hata jina,
Sasa sijui ni nini, hata ikiwa mchana,
Nasikitika hadum, rafiki yangu ujana.

Kilichotaka fikira, niliweza kukinena,
Kwa mfano na kwa sura, mpaka kikafanana,
Leo tazama hasara, nguvu hiyo sina tena!
Nasikitika hadum, rafiki yangu ujana.

Kinachotaka mapimo, sikifahamu mapana,
Marefu yake na kimo, siifahamu bayana,
Nusu nimo nusu simo, duniani najiona,
Nasikitika hadum, rafiki yangu ujana.

Hadum nasikitika, rafiki yangu ujana,
Machozi yamiminika, na la kutenda hapana,
Na wakati umefika, uzee dawa hauna,
Nasikitika hadum, rafiki yangu ujana.

Hauna dawa uzee, mabega yamepetana,
Anionaye ni "Wee, ondoka hapa laana,"
Wanaposema na miye, niliye kuwa na jina!
Nasikitika hadum, rafiki yangu ujana.

Wakatabahu shairi, uchungu wanitafuna,
Walakini nafikiri, twafuata Subuhana,
Katika ile amri, ya kuwa na kutengana,
Nasikitika hadum, rafiki yangu ujana.

SALA NA SAUMU

UCHAKAVU wa dunia kila siku unazidi,
Lakini unazuiwa na watu kwa kusujudi,
Kanisani kwa madua na katika masijidi,
Kuomba tujitahidi tunaloomba twapewa.

Kuzeeka kwa dunia jambo hili maujudi,
Walakini sala dawa Mungu na tumhimidi,
Kwa sala hutuletea uwezo na jitihadi,
Shukrani zikizidi twazidi kukirimiwa.

Upya tunasabiliwa kwa kuwa safi fuadi,
Tukiomba manufaa roho zetu zifaidi,
Mungu hutubarikia heri zisizo idadi,
Sala hutupa zawadi ana mapenzi ya Jalia.

Nguvu tunaongezewa tukiomba kwa Wadudi,
Na heshima hutukua tukapata na muradi,
Mtu mgonjwa hupoa, dhaifu huwa jadidi,
Siku mbaya huwa idi kwa ibada na madua.

Kwa ibada na madua, tutakalo si kaidi,
Na saumu hutufua, kwa marashi na zabadi,
Ya thawabu za Jalia, ambaye ameahidi,
Mashaka yakituzidi, wokovu kutuletea.

MWANADAMU HATOSHEKI

HATA akipewa nini, hatosheki mwanadamu,
Mzaliwa na kilio, hawi radhi duniani,
Hali yake huwa hiyo, habadili asilani,
Hata akipewa nini, hatosheki mwanadamu.

Hata akipewa nini, hatosheki mwanadamu,
Maisha humjaribu, ataridhika na nini?
Haridhishwi na aibu, wala uzuri usoni,
Hata akipewa nini, hatosheki mwanadamu.

Hata akipewa hatosheki mwanadamu,
Awe na hali ya afya, huja uele mwilini,
Kisha huja kefyakefya, msiba au huzuni,
Hata akipewa nini, hatosheki mwanadamu.

Hata akipewa nini, hatosheki mwanadamu,
Haridhiki na maisha, ajapokuwa enzini,
Hali yake huzuzusha, tamthili hayawani,
Hata akipewa nini, hatosheki mwanadamu.

Hata akipewa nini, hatosheki mwanadamu,
Dunia ina mizozo, kwa wenye kuitahini,
Inampa mtu tuzo, na ghafula humhini,
Hata akipewa nini, hatosheki mwanadamu.

Hata akipewa nini, hatosheki mwanadamu,
Miaka mingi misiba, miezi haba amani,
Saa haba za mahaba, siku kadha nuksani,
Hata akipewa nini, hatosheki mwanadamu.

Hata akipewa nini, hatosheki mwanadamu,
Muda mrefu machozi, kulia na kuwa duni,
Dakika haba mapenzi, hutoweka hayaoni,
Hata akipewa nini, hatosheki mwanadamu.

Hata akipewa nini, hatosheki mwanadamu,
Siku hadha za uchovu, na wasiwasi moyoni,
Ana uzito wa wivu, usumbufu wa rohoni,
Hata akipewa nini, hatosheki mwanadamu.

Hata akipewa nini, hatosheki mwanadamu,
Hatosheki nacho kitu, msafiri safarini,
Hana pumziko mtu, kwa kupita mashakani,
Hata akipewa nini, hatosheki mwanadamu.

Hata akipewa nini, hatosheki mwanadamu,
Kutosheka neno ghali, wala halionekani,
Kupatikana muhali, kwa machafu nafsini,
Hata akipewa nini, hatosheki mwanadamu.

Hata akipewa nini, hatosheki mwanadamu,
Dunia kitu cha hofu, machache matumaini,
Tupu kwa uaminifu, maskini ya imani,
Hata akipewa nini, hatosheki mwanadamu.

Hata akipewa nini, hatosheki mwanadamu,
Kutosheka neno gumu, halipati abadani,
Halipatikani humu, labda kesho Peponi!
Hata akipewa nini, hatosheki mwanadamu.

Hata akipewa nini, hatosheki mwanadamu,
Haishiwi na kugomba, daima mashindanoni,
Msaada akiomba, mpe mwingi Rahmani,
Hata akipewa nini, hatosheki mwanadamu.

KWELI

KWELI kito mahabubu, Mwenyezi nijaze kweli,
Kweli siri ya ajabu, huwapa watu fadhili.
Kweli chimbo la johari, linahimili la kweli,
Kweli ina tafakuri, husema na kujadili.
Kweli maadeni nzuri, ina mayakuti kweli,
Kweli vunjo la kiburi, tena roho ya adili.
Kweli jambo ashrafu, milele niwe na kweli,
Kweli nuru takatifu, ni ipi yake badili?
Kweli nguvu ya imani, moyoni niwe na kweli,
Kweli kitu cha thamani, adhama ya mambo ali.

Kweli hunifanya mwamba, kitu miujiza kweli!
Kweli hunipa usimba, kwa dhalimu na katili.
Kweli hunifanya tai, huruka kwa kasi kweli,
Kweli ni kinda la chui, sipatani na batili.
Kweli hunifanya mtu, fahari yetu ni kweli.
Kweli mnyama wa mwitu, ambaye hanalo hili.
Kweli kama manukato, hunukia vema kweli.
Kweli na iwe na woto, na moyoni itawili,
Kweli ni anga tawala, rubani mwema ni kweli,
Kweli ikiadimika, watu huwa majahili.

Kweli huamua haki, mahakama bora kweli,
Kweli haikutoroki, mashaka yakikabili,
Kweli taishi ilipo, penye kivuli cha kweli,
Kweli isipokuwapo, na la kweli huwa mbali.
Kweli inasuluhisha, ndipo nikapenda kweli,
Kweli hunipa maisha, ya mwangaza wa kandili.
Kweli huniadabisha, utu huletwa na kweli,
Kweli hunielimisha, jinsi ya kuwa kamili.
Kweli baraku napanda, nachukuliwa na kweli,
Kweli hunipa kuwanda, japo dhaifu ya mwili.

Kweli dalili za wema, ambapo huwangwa kweli,
Kweli husema hekima, kuwa chakula asili.
Kweli kinywaji kikuu, hapanapo kama kweli,
Kweli faraja ya kiu, katika vitu halali.
Kweli bahari ya lulu, ndani imejaa kweli,
Kweli huwa mfaulu, katika pigano kali.
Kweli kwa mtu ni tija, woga huvunjwa na kweli,
Kweli siku itakuja, ya sadaka yake ghali.
Kweli ni pambo nipambe, nipambike kweli kweli,
Kweli wenye kwamba wambe, heshima yastahili.

Kweli hayana kiwango, manufaa yake kweli,
Kweli naniwe komango, mbele ya mwenye kudhili.
Kweli kitu hujamidi, na huokotana kweli,
Kweli ni sawa na radi, inapotoa kauli.
Kweli ndiyo nitakayo, sio kinyume cha kweli,
Kweli takaso la moyo, wenye kweli wana mali.
Kweli ina urafiki, ina uthabiti kweli,
Kweli huwi mzandiki, la kweli ukikubali.
Kweli matone ya mvua, katika fikira kweli,
Kweli kinywani ikiwa, sawa na Mto wa Nili.

Kweli huwa na kivimbo, kitu cha thawabu kweli,
Kweli inakuza jambo, baya likawa jamali,
Kweli katika baraza, maongezi bora kweli,
Kweli ua hupendeza, zama za kujibu swali.
Kweli kama msumeno, hukereza sawa kweli,
Kweli ikifutu neno, haliji mara ya pili,
Kweli kitu cha mapenzi. Hakika napenda kweli,
Kweli sawa na feruzi, nawapa ni tamthili.
Kweli hapa kaditama, ni mimi mtunzi kweli,
Kweli ya jambo hekima, na mifano ya akili.

www.ingramcontent.com/pod-product-compliance
Ingram Content Group UK Ltd.
Pitfield, Milton Keynes, MK11 3LW, UK
UKHW042006190726
13854UKWH00005B/2185